I0609808

गोकर्णीची फुले

वि. स. खांडेकर

मेहता पब्लिशिंग हाऊस

GOKARNICHI PHULE by V. S. KHANDEKAR

गोकर्णीची फुले : वि. स. खांडेकर / लेख

© सुरक्षित

मराठी पुस्तक प्रकाशनाचे हक्क मेहता पब्लिशिंग हाऊस, पुणे.

प्रकाशक : सुनील अनिल मेहता, मेहता पब्लिशिंग हाऊस,
१९४१, सदाशिव पेठ, माडीवाले कॉलनी, पुणे - ४११०३०.

मुखपृष्ठ : संजय पवार

प्रकाशनकाल : तिसरी आवृत्ती : जुलै, १९९३ / फेब्रुवारी, १९९७ /
सप्टेंबर, २००४ / मार्च, २०१४ / पुनर्मुद्रण : जून, २०१७

P Book ISBN 9788177664928
E Book ISBN 9789386342850
E Books available on : play.google.com/store/books
www.amazon.in/b?node=15513892031

नाट्यकलेचे नि:सीम उपासक

'किरात'

(भाऊसाहेब सोमण)

व

कै. विष्णुपंत औंधकर

यांस

प्रास्ताविक

बरोबर दोन तपे झाली. पण अजून ते सारे कालच घडले असे मला वाटते. त्या साऱ्या गोड स्मृती अजून माझ्या मनात तरळत आहेत, अंधार पडू लागल्यावर क्षणभर अधिक गडद भासणाऱ्या संध्यारंगाप्रमाणे मनाच्या पडद्यावर त्या उठून दिसत आहेत.

१९२० साली मी शिरोड्याला गेलो. त्या वर्षी शाळेचा सारा व्याप संभाळून संध्याकाळचा वेळ मी एकाच सोबत्याच्या सहवासात घालवीत असे. त्या मित्राचे मधुर, गंभीर संगीत ऐकण्यात मला मोठा आनंद वाटे. त्याच्या विशाल निळ्या महालापुढे पसरलेल्या मऊ मऊ पटांगणात, पाळण्यात खेळणाऱ्या एखाद्या लहान मुलाप्रमाणे मी लोळत राहत असे. काळाचे, स्थळाचे, जगाचे, कशाचेच भान मला राहत नसे अशा वेळी.

त्या मित्राचे नाव ? ते सांगायला कशाला हवे ?

झाडांच्या सावलीत दोन मैत्रिणींच्या - एक मद्याने भरलेली सुरई आणि दुसरी कवितांची वही - उन्मादक सहवासात उमरखय्याम स्वत:चा स्वर्ग निर्माण करीत असे म्हणे ! पण पाठशिवणीचा खेळ खेळणाऱ्या परकऱ्या पोरीप्रमाणे समोर नाचणाऱ्या लाटांच्या पायातली मंजुळ रुमझुम ऐकत ऐकत आणि हातातल्या विनायकांच्या किंवा तांब्यांच्या कवितेच्या पुस्तकातले एखादे गोड कडवे स्वत:शी गुणगुणत सामान्य मनुष्यसुद्धा उमरखय्यामचा आनंद उपभोगू शकतो, याचा १९२० सालीच मी प्रथम अनुभव घेतला.

सागरतीरावरले ते संध्याकाळचे तास दोन तास-त्या तासांत मी किती सुंदर दृश्ये पाहिली आणि स्मृतिफलकावर रेखाटली, हाताने वाळूचे घर बांधण्याचा चाळा करीत किती स्वप्नमंदिरे उभारली-

छे: ! वर्षात वसंतऋतू जसा एकदाच येतो, तसा आयुष्यातही स्वप्नांचा काळ एकदाच येऊन जातो ! त्या मधुर स्वप्नकाळातच मी पहिल्यांदा गोकर्णीची फुले पाहिली.

रस्त्याच्या कडेला फुलली होती ती. त्यांच्याकडे सहज दृष्टी गेली माझी. मी एकदम मोहून गेलो. प्रथम दर्शनीच त्यांच्यावर प्रेम जडले माझे. चित्रविचित्र मयूरांनी उभारलेले पिसारे एकमेकांत मिसळून जावेत तसा काहीतरी भास झाला मला ते दृश्य पाहून. मी जवळ जाऊन हळूच त्यांतले एक फूल तोडले. त्याचा तो नाजूक पांढरा-निळा-जांभळा असा संमिश्र रंग किती आकर्षक होता. जणू काही निळी-जांभळी फुलपाखरेच पांढऱ्या फुलांवरून लोळत लोळत गेली होती आणि त्यांच्या चिमुकल्या पंखांचे रंग मधूनमधून त्या फुलांच्या नाजूक अंगावर उमटले होते. हातात घेतलेल्या त्या फुलाकडे मी कौतुकानं पाहू लागलो. गोकर्णासारखा त्याचा तो सुंदर आकार मोठा मोहक वाटला मला. जणू काही वायुलहरीवरून येणारे सागरसंगीत ऐकण्याकरताच त्या नाजूक फुलाने आपले कान टवकारले आहेत असा क्षणभर मला भास झाला.

त्यावेळी पुढेमागे मी चांगली वाङ्‌मयनिर्मिती करू शकेन असे मला स्वप्नातसुद्धा वाटत नसे. पण सुंदर वाङ्‌मय वाचायची, त्याचा रसास्वाद घ्यायची आणि तो दुसऱ्याला द्यायची- अगदी मनसोक्त द्यायची इच्छा मात्र माझ्यामधे तेव्हाही बलवत्तर होती. त्या वेळी डॉक्टर नसलेल्या मुंबईच्या भालेरावांनी काढलेल्या 'अरविंद' मासिकाला मी जे पहिले लिखाण पाठविले तो 'विनायकाच्या कवितेचे' रसग्रहण करणारा एक विस्तृत लेख होता. तो लेख लिहिताना मी स्वत:शीच म्हणालो होतो, 'जगात साऱ्याच फुलांना गुलाबांचा रंग आणि बकुळांचा सुगंध कुठून मिळणार ? साहित्यातही हाच अनुभव येत असेल. प्रतिभा ही चंद्राप्रमाणे दुर्लभ चीज आहे. पण रसिकता ही काही तितकी दुर्मिळ नाही. ती देवघरातल्या नंदादीपाप्रमाणे आपल्या आटोक्यातली गोष्ट आहे. आपल्याला गुलाबाचे किंवा बकुळीचे फूल होता येत नाही म्हणून वाईट वाटून घेण्यात काय अर्थ आहे ? आपण गोकर्णीचे फूल होऊ या. या फुलाला वास नसला तरी त्याचे ते सौम्य संमिश्र रंग थोडेफार आल्हाददायक आणि आकर्षक वाटतातच की नाही ? निर्मितीची शक्ती नाही तर नाही ! आपण रसग्रहण करीत राहू !'

हळूहळू वाङ्‌मयाप्रमाणे व्यक्तींच्याही बाबतीत रसग्रहणाची फार आवश्यकता असते हे माझ्या लक्षात येऊ लागले. माझ्यासारख्या खेडेगावात राहणाऱ्या शिक्षकाचे अनुभवक्षेत्र नकळत संकुचित होते हे खरे. वकील, डॉक्टर, विमाएजंट वगैरे मंडळी या बाबतीत शिक्षकापेक्षा अधिक भाग्यवान असतात. पण मर्यादित जीवनक्षेत्रातही शिक्षकाला जी माणसे भेटतात ती जगाला अज्ञात असली तरी गुणांच्या दृष्टीने उपेक्षणीय असतातच असे नाही. अशा व्यक्तींची तुलना रानावनात आढळणाऱ्या झाडपाल्याच्या औषधांशीच करणे योग्य होईल. ती औषधे कुठल्याही वैद्यकीय ग्रंथात नमूद न झाल्यामुळे, आणि डॉक्टरांना त्यांचे प्रत्यक्ष ज्ञान नसल्यामुळे,

पेटंट औषधांप्रमाणे जाहिरातीच्या रूपाने गाजत नाहीत किंवा बाजारात कधी विकत मिळत नाहीत. पण योगायोगाने ज्यांना ती मिळतात त्यांना त्यांचे गुण अचूक पटल्याशिवाय राहत नाहीत !

या पुस्तकाच्या पहिल्या भागात ज्या पाच व्यक्तिरेखा दिल्या आहेत त्यातल्या तीन व्यक्ती अशाच आहेत. जगाच्या दृष्टीने त्या अत्यंत सामान्य ठरतील. त्यांनी साधी लेखणीसुद्धा कधी गाजविली नाही. मग तलवार गाजविण्याचा अगर अन्य रीतीने आपला गाजावाजा करून घेण्याचा मार्ग त्यांना कुठून साध्य असणार ? त्यांचे फोटो सहसा कुठेही छापून आले नाहीत, कलावंत म्हणून त्यांच्या गळ्यात कधी हारांच्या राशी पडल्या नाहीत किंवा त्यांच्या कुणी दहा स्तंभी मुलाखतीही घेतल्या नाहीत. आपल्या चरित्रात लिहिण्यासारखे काही घडले असेल अशी पुसट शंकासुद्धा त्या बिचाऱ्यांना कधीही उभ्या जन्मात आली नसेल ! पण जेव्हा जेव्हा माझ्या आयुष्याचे मी सिंहावलोकन करतो, तेव्हा तेव्हा या तीन आणि यांच्या सारख्या जगाला अज्ञात असलेल्या आणखी दहाबारा व्यक्ती मला हटकून आठवतात, त्यांच्या स्मृतींनी मन प्रसन्न होते, ही माणसे आयुष्यात आपल्याला भेटली हे आपले मोठे भाग्य असे म्हणण्याचा मोह मला अनिवार होतो. जगात थोड्याफार असामान्य अशा बुद्धिविलासाची तत्काळ पूजा होते ! पण ज्या असामान्य भावनांमुळे मानवतेची जीवनावरली श्रद्धा अभंग राहते, ज्यांच्या रम्य आविष्कारामुळे रुक्ष आयुष्यक्रमाला ओलावा प्राप्त होतो, ज्यांचा अनुभव घेताना 'जगण्यासारखे जगात पुष्कळच आहे' असे उद्‌गार निराशेने आत्महत्या करायला प्रवृत्त झालेल्या मनुष्याच्या ओठांवर उभे राहतात, त्या भावनांच्या मूर्ती मात्र जगाच्या सांदीकोपऱ्यात कुठेतरी पडून राहतात ! त्यांना साधे गंधफूल वाहायलासुद्धा अनेक लोक तयार नसतात ! मग त्यांना देव्हाऱ्यात बसविण्याइतका सुविचार कुणाला सुचणार ?

ललितवाङ्मयात प्रतिबिंबित झालेली असल्या मधुर व्यक्तित्वाची चित्रे वाचकांना अत्यंत आकर्षक वाटतात. शरदचंद्र किंवा हरिभाऊ यांच्या अलौकिक लोकप्रियतेचा मोठा वाटा, असली चित्रे रंगविण्यात त्यांनी प्रगट केलेल्या कल्पक सहृदयतेलाच दिला पाहिजे. पण कथाकादंबऱ्यातल्या ज्यांच्या स्पष्ट अस्पष्ट प्रतिमा आपल्याला मोठ्या प्रेमळ, अगदी जवळच्या, आणि हृदयाला ओढ लावणाऱ्या वाटतात, तीच माणसे आपल्या अवतीभोवती चालत बोलत असताना मात्र त्यांचे आपण काडीभरसुद्धा कौतुक करीत नाही, हा किती विचित्र अनुभव आहे ! मला वाटते-जवळचे सौंदर्य दिसू नये, असा मनुष्याला निसर्गाचा शापच असावा ! ज्या देशभक्ताची किंवा कलावंताची मृत्यूनंतर स्मारके उभारण्याकरता आपण आकाशपाताळ एक करतो, तो या पथ्वीवर असताना-अगदी आपल्यापासून चार हातांच्या

अंतरावर राहत असताना-त्याचे जिणे किती कष्टमय आहे याची आपण फुकाच्या शब्दाने चौकशीसुद्धा करीत नाही ! दारिद्र्य हे ध्येयवादाचे धाकटे भावंड असल्यामुळे, आत्म्याचा शोध करणारांच्याकडून शरीराची अनेकदा हयगय होत असल्यामुळे किंवा परिस्थिती आणि व्यवहार यांची सांगड घालण्यात त्यांना अपेश आल्यामुळे, मृत्यूची सावली अशा प्रतिभावंतांवर अकाली पडू लागली तर त्याची दखलसुद्धा आपण घेत नाही. काळाच्या पुढे जाऊन जो जगाच्या डोळ्यात सत्याचे अंजन घालतो, त्याची जिवंतपणी प्रेतयात्रा निघावी असा जणू काही एक अलिखित संकेतच आहे. मृत्यूनंतर मात्र त्याच्या समाधीची षोडशोपचारांनी पूजा केली जाते !

सामान्य मनुष्याच्या जीवनाकडे पाहतानाही जगाची अशीच चूक होत असते. अंगावरून झर्रकन् मोटारीतून जाणाऱ्या मनुष्याकडे जग कुतूहलाने पाहते, पण पायाचे तुकडे पडले असूनही प्रवास करीत राहणाऱ्या, वात्सल्याचे ओझे अंगावर घेऊन रक्तबंबाळ पायांची कुरकूर न ऐकता हसतमुखाने पुढचा टप्पा गाठणाऱ्या वाटसरूंकडे मात्र त्याचे क्षणभर सुद्धा लक्ष जात नाही. जगाला; वर्तमानपत्रात आलेली किंवा आणविलेली नावे, अगदी ठळक अक्षरात छापलेली नावे संस्मरणीय वाटतात. बहुजन समाजाच्या अंत:करणावर त्यांपैकी फारच थोडी कोरली जात असतात हे कळण्याइतके, जग अंतर्मुख होऊच शकत नाही. जीवनातली उदात्तता ही पंडितांच्या पोकळ बडबडीतून पूर्वी कधी निर्माण झाली नाही आणि पुढे कधीही निर्माण होणार नाही. प्रत्येक देशात; गावोगाव आणि घरोघर जे लहान मोठे मूक सात्विक त्याग रात्रंदिवस केले जातात आणि डोळे धुराने भरून येत असतानाही जीवनयज्ञात स्वसुखाच्या ज्या अखंड आहुत्या टाकल्या जातात, त्यांच्या बळावरच मानवतेचे मांगल्य वृद्धिंगत होत असते, हे पैसा, प्रतिष्ठा आणि पांडित्य यांच्या पाठीमागे धावणाऱ्या जगाला ज्या दिवशी पटेल त्याच दिवशी सुखाचा खराखुरा मार्ग त्याला सापडला असे म्हणता येईल.

'आप्पा नाबर', 'बाळकृष्ण कुडाळकर' व 'आई' या मी वर्णिलेल्या तिन्ही व्यक्ती, या विशिष्ट दृष्टीने, जगात मोठ्या मानल्या जाणाऱ्या अनेक माणसांपेक्षा मला मोठ्या वाटतात. एखाद्या राजकीय चळवळीच्या प्रक्षुब्ध वातावरणात भावनाशील तरुणांवर वजन मारण्याकरता 'मी माझ्या नोकरीचा राजिनामा देत आहे' म्हणून थापा मारणारे आणि पुढे जळूप्रमाणे चिकटून राहणारे पढिक पंडित आजकाल प्रत्येक कॉलेजात सापडतील. पण बायको नको नको म्हणत असताना, शरीर साठीच्या घरात आल्यामुळे पदोपदी दगा देत असताना, राजकीय चळवळीचे प्रतिध्वनी कुठेही उमटले तरी कानात बोटे घालून बसणाऱ्या भागुबाईंनी भोवतालचे वातावरण भरून गेलेले असताना, केवळ आपल्या भावनेशी प्रामाणिक राहण्याकरिता,

'तुझी मायभूमी तुला हाक मारीत आहे. तू या वेळी गप्प बसणार काय ?' या वाऱ्यावरून येणाऱ्या अजात क्रांतीच्या आर्त शब्दांना 'नाही नाही' हे उत्तर देण्याकरता, परतंत्र देशातला प्रत्येक मनुष्य- मग तो म्हातारा असो अथवा लुळापांगळा असो-आधी सैनिक असतो व नंतर गृहस्थ असतो, हे सिद्ध करण्याकरता लहान मूल जेवढ्या आनंदाने नवे खेळणे उचलते तेवढ्याच उन्मादाने तिरंगी झेंडा हातात घेऊन हसतमुखाने तुरुंगाची वाट धरणारे आप्पा नाबर मात्र शिरोड्यातच काय पण मोठमोठ्या शहरांतही विरळाच सापडतील.

अल्पशिक्षित आणि सामान्य बुद्धीच्या आप्पांची उत्कट देशभक्ती जशी अजून माझ्या अंगावर रोमांच उभे करते, त्याप्रमाणे संधिवातासारख्या विचित्र रोगाने एखाद्या जंगली जनावराप्रमाणे आपली तीक्ष्ण नखे तरुण शरीरात क्रूरपणे रोवली असतानाही त्याच्याशी झुंज घेणाऱ्या, या झुंजीत शेवटी आपला पराभव होणार हे ठाऊक असूनही मुखावरले स्मित न ढळू देणाऱ्या, मृत्यूचा काल्यासारखा थंडगार हात केव्हाच आपल्या खांद्याची बळकट पकड घेऊन बसला आहे, याची जाणीव असूनही इतरांच्या जीवनांतली सुखकारक ऊब पाहून आनंदित होणाऱ्या बाळकृष्ण कुडाळकराची आठवण झाली म्हणजे माझे मन कौतुकाने फुलून येते. जुलमी राजसत्तेला किंवा रूढीचा वडस वाढल्यामुळे आंधळ्या झालेल्या विराट समाजपुरुषाला विरोध करायला जो मनाचा झुंजारपणा लागतो तो बाळकृष्णाच्या अंगी होता. दुर्दैवाने त्याला आमरण निसर्गाशी लढावे लागले ! पण अंथरुणाला खिळलेल्या त्या रुग्ण, कृश, आणि जर्जर शरीरात जी जीवनज्योत तेवत होती, तिचे किरण किती सुंदर आणि किती उज्ज्वल होते ! थंडीवाऱ्याने थोडीशी कसर आल्यामुळे बेचैन होणारे कवी आठवले, जिभेचे चोचले पुरविण्याकरता अपथ्ये करून आजारी पडणाऱ्या आणि चार दिवसांच्या आजारातही शेजाऱ्यांची झोप उडवून टाकणाऱ्या बड्या बड्या व्यक्ती पाहिल्या, इन्फ्ल्यूएन्झासाठी इंजेक्शन घ्यायची पाळी आल्याबरोबर 'डॉक्टर, मला इंजेक्शनचं भय वाटतं हो ! क्लोरोफॉर्म देऊन मग मला इंजेक्शन द्या की !' अशी डॉक्टरांची विनवणी करणारे विद्वान दिसले, म्हणजे मला बाळकृष्णाचे स्मरण होते ! आयुष्य ही प्रत्येक माणसाच्या दृष्टीने लढाईच असते ! मग तो संत असो अथवा सामान्य मनुष्य असो. वासना आणि विकार यांच्यावर विजय मिळविण्याकरता तुकारामासारखा मनुष्य असो. वासना आणि विकार यांच्यावर विजय मिळविण्याकरता तुकारामासारखा संत सारा जन्म युद्ध करीतच राहिला नाही काय ?सामान्य मनुष्याला एवढी मोठी झुंज घेता आली नाही तरी दुर्दैवाशी या नाही त्या रूपाने त्याला सामना द्यावाच लागतो. मग ते दुर्दैव दारिद्र्याच्या रूपाने जीवनात येवो, रोगाच्या रूपाने आयुष्यात पाऊल टाको किंवा दुसऱ्या कुठल्याही संकटाचा वेष घेऊन त्याचा मार्ग अडवून

धरो. त्याच्याशी टक्कर देत देत, टक्कर देताना कपाळाला टेंगळे आली, इतकेच नव्हे तर जखमा होऊन त्यातू रक्त वाहू लागले तरी एका हाताने ते रक्त पुशीत आणि ते पुसता पुसता दुसऱ्या हाताने शत्रूचा प्रतिकार करीत जो झुंजत राहतो तोच खरा वीर, तोच खरा लढवय्या ! समरभूमीवर लढण्यापेक्षा संसारातल्या संकटांना भिऊन माघार न घेणे, त्यांच्या आहारी जाऊन आत्मविक्रय न करणे, या गोष्टी अधिक शूरपणाच्या आहेत ! पंगू बाळकृष्ण कुडाळकर या दृष्टीने मोठा शूर सैनिक होता !

आणि माझी 'आई' ? सावंतवाडीहून सात मैलांवर असलेल्या नानेली या खेडेगावात तिचे उभे आयुष्य गेले. आमच्या घराच्या गडग्याबाहेर तिने वर्षावर्षांत पाऊल टाकले नसेल. मग गावाबाहेर पडण्याची गोष्ट दूरच राहिली. तिला लिहितावाचताही येत नव्हते. आणि ते येत असते तरी पहाटे चार वाजता उठून ताक करण्यापासून रात्री अकराबारा वाजता गुरावासरांपुढे चारा टाकून अंथरुणाला पाठ लावीपर्यंत जिला एका क्षणाचीही फुरसद मिळत नव्हती, तिच्या हातून वाचन कसले होणार होते ?

पण सेवेचा आनंद हा पुस्तकी पाठांतरांतून निर्माण होत नाही, मनुष्याच्या हृदयातच त्याचे बीज असते, त्यागाच्या उन्हाने आणि प्रेमळपणाच्या जलाने या बीजाचा वृक्ष होऊन त्याला सुंदर फळेफुले येतात, या सनातन सत्याचे मूर्तिमंत उदाहरण होती ती ! पती भावनापराङ्मुख आणि मुलगा दत्तक घेतलेला. पण या दोघांनाही तिने आपल्या अंत:करणातला ओलावा सदैव दिला. दारात आलेल्या गरिबाला तिने जसे कधी उपाशी जाऊ दिले नाही, अनाथ-अपंगाला तिने जसे आपल्या दारातून रिक्त हस्ताने परत जाऊ दिले नाही, तशी मागच्या दारी बांधलेल्या गुरावासरांनाही तिने कधी आईची उणीव भासू दिली नाही. तिला जीवनाचा एकच महामंत्र ठाऊक होता -माया, निरपेक्ष माया ! चार रिकामटेकड्या लोकांशी समाजसत्तावादाची शिरा ताणताणून चर्चा करणारी, पण दोन शेंबडीलेंबडी पोरे घेऊन दारात आलेल्या भिकारणीला वाटाण्याच्या अक्षता लावणारी आजकालची एखादी विदूषी पाहिली म्हणजे माझ्या मनात येते-पांडित्य आणि सहृदयता यांचे काय जन्मत:च वाकडे आहे ? मोलकरणीकडून कराराबाहेरची कामे चोपून करून घेऊन तिला करारापलीकडे पै सुद्धा न देणाऱ्या आणि सभेत मात्र समतेची पोपटपंची करीत बसणाऱ्या बडबड्या बाईपेक्षा आई'सारख्या बायकाच अधिक चांगल्या नाहीत का ? आयुष्य हा नुसता ज्ञानयोग नाही, तो कर्मयोग आहे, भक्तियोग आहे.

या पुस्तकातल्या उरलेल्या दोन व्यक्तिरेखा फडके व माडखोलकर या

प्रसिद्ध साहित्यिकांच्या आहेत. फडके महाराष्ट्र साहित्यसंमेलनाचे व माडखोलकर मुंबई प्रांतिक संमेलनाचे अध्यक्ष झाले त्या त्या वेळी या लिहिल्या गेल्या. मात्र त्या प्रासंगिक असल्या तरी औपचारिक नाहीत. दोन्ही साहित्यिकांची वैशिष्ट्ये रेखाटण्याचा त्यात प्रामाणिक प्रयत्न केला आहे. गेल्या चार वर्षांतली या दोघांची साहित्यसेवा लक्षात घेऊन या रेखा अद्ययावत् केल्या असत्या तर बरे झाले असते असे कित्येकांना वाटण्याचा संभव आहे. पण व्यक्तिरेखा या भावगीते, लघुकथा किंवा लघुनिबंध यांच्याप्रमाणे असतात. नव्या माहितीच्या आधाराने चरित्र सुधारून वाढविणे योग्य होईल. पण कुठलीही व्यक्तिरेखा जशीच्या तशीच राहू देणे इष्ट असे मला वाटते. शिवाय फडक्यांनी रत्नागिरीला वृत्तपत्रांच्या शुद्धीकरणाचे कंकण बांधून पन्नाशीच्या घरात आल्यानंतर 'झंकार'च्या द्वारे पंचविशीतल्या तरुणांना लाजविणारी जी साहित्यसेवा केली ती जशी लोकांच्या स्मरणात आहे, त्याप्रमाणे 'नागकन्येपासून' 'प्रमद्वरे' पर्यंतच्या माडखोलकरांच्या नावडत्या आणि आवडत्या कादंबऱ्यांविषयी टीकाकरांनी केलेली चर्चाही अद्यापि ताजी आहे. तेव्हा या गाष्टींविषयी मौन स्वीकारून, जाता जाता दुसऱ्याच एका गोष्टीविषयी मी थोडेसे लिहितो.

आघाडीवरल्या सैनिकांना नेहमी जखमा व्हायच्याच ! तेव्हा अलीकडले अनेक टीकाकार या दोघांनाही मधून मधून जे चिमटे व चावे घेत असतात, ते सारेच काही गैर असतात असे म्हणता येणार नाही. पण हे टीकाकार जेव्हा या दोघांच्या भाषाशैलीचीसुद्धा टिंगल करू लागतात तेव्हा मात्र त्यांच्या विद्वत्तेला हसावे की रडावे हेच कळेनासे होते. लेखकाच्या मानसिक प्रकृतीचा त्याच्या भाषेवर होणारा परिणाम, विशिष्ट कालखंडातल्या सामाजिक आणि वाङ्मयीन परिस्थितीमुळे त्याच्या शैलीचा झालेला विकास, वाङ्मयाच्या ज्या माध्यमाचा तो उपयोग करीत असेल त्याच्यामुळे त्याच्या आविष्कारपद्धतीला लागलेले वळण, इत्यादिकांचा तारतम्यभावाने विचारसुद्धा न करता, फडके माडखोलकरांसारख्या शैलीकारांच्या भाषेत क्वचित् आढळणाऱ्या विशिष्ट दोषांचा डांगोरा पिटीत सुटणे म्हणजे एखाद्या सुंदर बालिकेच्या हातावरले चामखीळ पाहून तिला आवाळू झाले आहे अशी गावात आवई उठविण्यातलाच प्रकार आहे !

या पुस्तकातला दुसरा भाग वाङ्मयविषयक रसग्रहणाचा आहे. 'कोल्हटकरांची नाटके' ही या भागात आरंभी आलेली लेखमाला मी १९२७ साली लिहिली. ती पुस्तकरूपाने प्रकाशित करण्याचा आग्रह त्यावेळी अनेकांनी मला केला. 'किरातां' सारख्या मागच्या पिढीतल्या नाट्यरसिकांनीही तिचे कौतुक केले. पण कोल्हटकरांच्या नाट्यसृष्टीचा परिचय या दृष्टीने ही लेखमाला ठीक असली तरी ती सुधारून,

आहे त्यापेक्षा अधिक मार्मिक व अधिक सरस करता येईल असे वाटत असल्यामुळे मी तेव्हा ती पुस्तकरूपाने प्रकाशित केली नाही. पुढे १९३४ साली गुरुवर्य श्रीपाद कृष्ण कोल्हटकर दिवंगत झाले. 'कोल्हटकर-व्यक्ति आणि वाङ्मय' या ग्रंथाचा संकल्पही त्यांच्या दोघा शिष्यांनी-माडखोलकर व मी-सोडला. पण कुठलाही संकल्प सोडणे जेवढे सोपे तेवढेच तो सिद्धीला नेणे कठीण, या अनुभवसिद्ध कटू सत्याची प्रचीती या बाबतीतही मला आली. आज कोल्टकरांना जाऊन दहा वर्षे झाली. पण त्यांच्या चाहत्यांचे; त्यांच्या स्मारकाचे संकल्प जसे वाऱ्यावर विरले, त्यांचा स्मृतिदिन मुंबईत जसा एकदाच साजरा झाला, त्याप्रमाणे जुन्या काळच्या नाटकमंडळ्यांप्रमाणे 'येणार, येणार' म्हणून दहा वर्षे जाहिराती लावीत सुटलेले माझे पुस्तकही अद्यापि बाहेर पडले नाही !

अनेक अपरिहार्य अडचणींमुळे या पुस्तकाच्या बाबतीत माझ्या हातून चालढकल होत गेली हे खरे ! पण कारणे काहीही असली तरी माझी या बाबतीतली असमर्थता हा अक्षम्य गुन्हा आहे, अशी टोचणी माझ्या मनाला अलीकडे लागून राहिली होती. त्यातच काही तरुण विद्वान साहित्यिकांची कोल्हटकरांच्याविषयीची मते सहज माझ्या कानावर पडली. ती ऐकत असताना क्षणभर माझ्या कानावर माझा विश्वास बसेना. या साहित्यिकांच्या सर्वसामान्य रसिकतेविषयी माझे मत अनुकूल होते. पण-

काही माणसे रातांधळी असतात ना ? तशीच काहींची रसिकताही एकांगी असते असे वाटण्यासारखेच ते उद्गार होते. त्यांच्यापैकी एक विद्वान् गृहस्थ म्हणाले, 'कोल्हटकरांना मोठेपण आले ते गडकऱ्यांच्यामुळे ! गडकऱ्यांनी जर कोल्हटकरांचा आपले लेखनगुरु म्हणून गौरव केला नसता तर कोल्हटकरांचं नावसुद्धा या पिढीत कुणी उच्चारलं नसतं !' दुसरे पंडित उद्गारले, 'वासरांत लंगडी गाय शहाणी म्हणतात ना ? तसं झालंय कोल्हटकरांच्या बाबतीत ! त्यावेळच्या भिकार लेखकांत चार कोट्या करणारा हा लेखक ठळकपणानं उठून दिसला असेल ! पण आज-आज कोल्हटकर असते तर अगदी थर्डक्लास लेखकांत त्यांची गणना झाली असती !' तिसरे रसिकवर्य बोलते झाले, 'कोल्हटकर ? छे: बुवा ! अगदी वाचवत नाही आपल्याला !'

ही मुक्ताफळे ऐकून मला अधिक आश्चर्य वाटले की अधिक दु:ख झाले हे सांगणे कठीण आहे. धर्मप्रवण मनुष्य ज्या श्रद्धेने 'गीता वाचा' म्हणून सांगेल, समाजवादी मनुष्य ज्या बुद्धीने 'मार्क्स वाचा' म्हणून उपदेश करील, त्याच बुद्धीने आणि त्याच श्रद्धेने 'तात्या वाचा' म्हणून गडकरी आपल्या पिढीतल्या प्रत्येक उदयोन्मुख लेखकाला सांगत होते ते काय उगीचच ? ती काय एका प्रतिभाशाली लेखकाच्या अंधगुरुभक्तीची लहर होती ? गडकऱ्यांसारख्या कल्पना-कुबेरालाही

ज्याची उसनवारी करताना अभिमान वाटला, तो लेखक काय वाङ्मयाच्या बाजारातला किराण्या मालाचा दुकानदार असू शकेल ? तो त्या वेळच्या सराफकट्ट्यावरला प्रमुख व्यापारी होता.

सर्वात गंमतीची गोष्ट ही की कोल्हटकरांना सामान्य लेखक म्हणून संबोधणाऱ्या या विद्वानांनी कोल्हटकरवाङ्मय वाचण्याचे परिश्रमसुद्धा घेतलेले नसतात. इब्सेन, शॉ, बॅरी, गॅल्सवर्दी वगैरे नाटककारच नव्हेत, तर यू ओ नेल आणि कॅपेक हेसुद्धा विनम्र भावनेने व अभ्यासू दृष्टीने वाचणाऱ्या आमच्या टीकाकारांना, कोल्हटकरांनी 'जन्म रहस्य' नावाचे एक प्रभावशाली नाटक लिहिले आहे याचा प्रसंगी पत्तासुध्दा नसतो ! मग सुंदर विनोदी नाटकांची परंपरा सुरू करणारे 'मूकनायक' किंवा 'शारदेच्या' जोडीने उच्च दर्जाच्या सामाजिक नाटकांचा मार्ग सुगम करून देणारे 'मातिविकार' यांची दाद त्यांना कुठून असणार ? देवल, खाडिलकर आणि गडकरी या तिघांशी तुलना केली तर कोल्हटकरांचे नाट्यगुण कमी भरतील यात मुळीच संशय नाही. पण या तिघाही प्रतिभाशाली नाटककारांना प्रेरणा देण्याचे सामर्थ्य कोल्हटकरांच्या प्रतिभेत होते हे १८९५पासून १९१५ पर्यंतची मराठी नाटके संशोधक वृत्तीने व ऐतिहासिक दृष्टीने वाचल्याशिवाय कसे लक्षात येणार ? कोल्हटकरांच्या नाट्यरचनेवर नाट्यगुणांच्यापेक्षा काव्यगुणांचा पगडा अधिक असला तरी प्राचीन व अर्वाचीन नाट्यशास्त्राचे त्यांच्याइतके काम दुसऱ्या कुणी केले आहे का ? मात्र हे कळायला 'तोतयाच्या बंडा' वरील त्यांची विस्तृत टीका वाचणे आवश्यक आहे ! 'सुदाम्याच्या पोह्यां'चा मनसोक्त आस्वाद घेतल्याशिवाय आजकालच्या उथळ विनोदपंडितांची स्तुतिस्तोत्रे गात सुटणे हे अव्यवहारदृष्ट्या फायदेशीर असेल ! पण वाङ्मयाच्या प्रगतीला त्याचा काय उपयोग होणार आहे ?

रसिक तरुण पिढीकडून एकट्या कोल्हटकरांनाच असा अन्याय होत आहे असे नाही. या दुःखात कोल्हटकरांना अनेक भागीदार आहेत !

असे का व्हावे ? मला वाटते, याचे मूळ एकाच गोष्टीत आहे. जुने ते सोने मानणाऱ्या सनातन्यांची समाजात नेहमीच एक जात असते ना ? त्याच माळेचे मणी शोभणारे सुधारकही सदैव अस्तित्वात असतात ! त्यांच्या हिशेबी जे जे नवे असेल त्याला हिरेमाणके लटकलेली असतात. पण जे जे जुने असेल ते ते त्यांच्या लेखी नेहमी भिकार- अगदी मातीमोल ठरते. चार दिवसांत विटून जाणारे बाजारांतले चीट त्यांना केवळ नवेपणामुळे मोहक वाटते. उलट ठेवणीतला शालू जुनेपणामुळे त्यांना सुंदर वाटू शकत नाही. जुनी संस्कृती, जुनी मूल्ये, जुने वाङ्मय इत्यादिकांचा सादर अभ्यास करण्याची वृत्ती दूरच राहिली ! केवळ ते जुने आहे म्हणूनच ते चांगले असणे शक्य नाही अशी स्वतःची समजूत करून

घेणारे सामाजिक आणि वाङ्मयीन टीकाकार आपल्यात असावेत, किंबहुना त्यांची संख्या वाढत राहावी ही काही मोठ्या आनंदाची गोष्ट नाही. या विद्वानांना मार्क्स पाठ असतो; पण मनू काय म्हणतो असा प्रश्न कुठल्याही बाबतीत कुणी विचारला तर त्यांच्या कपाळाला आठ्या पडल्यावाचून राहत नाहीत. आजच्या दुय्यम दर्जाच्या इंग्रजी किंवा रशियन लेखकांच्या लिखाणांतले उल्लेख त्यांना सहज कळू शकतात. पण रामायण-महाभारतासारख्या महाकाव्यांतल्या विविध नाट्यपूर्ण कथांशी मात्र पुराणाला जाणाऱ्या आजीबाईइतका सुद्धा त्यांचा परिचय नसतो. 'जुनी मूल्ये' हा शब्दप्रयोगच यांच्यापैकी कित्येकांना मूर्खपणाचा वाटत असावा ! कुठल्याही जुन्या गोष्टीला मूल्य कसे असू शकेल हेच त्यांना कळत नाही ! आपण जन्माला येण्यापूर्वी जग अस्तित्वात होते हे खरे ! पण ते फार रानटी अवस्थेत होते, महत्त्वाचे असे काही जगात घडू लागले ते आपल्या जन्मानंतरच विशेषत: आपण कार्यक्षेत्रात पाऊल टाकल्यानंतरच अशी ठाम समजूत बाळगणाऱ्या लोकांनी आपला इतिहास, आपला धर्म, आपली संस्कृती, आपले वाङ्मय यांचा अभ्यास न करताच त्यांच्याकडे तुच्छतेने पाहावे आणि नव्या नवलाईमुळे तात्पुरती भूलभुलावणी करणाऱ्या दुय्यम दर्जाच्या परकीय गोष्टींना डोक्यावर घेऊन नाचत राहावे यात नवल तरी कसले ?

अशा परिस्थितीत-विशेषत: मराठी नाट्यकलेचा शंभरीचा उत्सव ठिकठिकाणी साजरा होऊन नाट्यविषयक उत्सुकता वाढविण्याचे पद्धतशीर प्रयत्न होत असताना-कोल्हटकरांसारख्या एका धुरंधर नाट्यसेवकाविषयीची तरुण पिढीची उपेक्षावृत्ती पाहून, सतरा वर्षांपूर्वी लिहिलेली ही लेखमाला पुन्हा वाचकांना सादर करणे अनुचित होणार नाही असे मला वाटू लागले. ही लेखमाला साहित्यक्षेत्रात मी नुकतीच उमेदवारी करू लागलो होतो त्या काळातली आहे. आणि केवळ कोल्हटकरांच्या नाट्यवाङ्मयाचे रसग्रहण करण्याच्या दृष्टीनेच मी ती लिहिली होती. 'कोल्हटकर-व्यक्ती व वाङ्मय' या माझ्या ग्रंथात मी त्यांच्या नाटकांची जी चर्चा करणार आहे, ती अधिक चिकित्सक, अधिक सखोल व गेल्या सतरा वर्षांतल्या माझ्या वाङ्मयीन अभ्यासाचे आणि अनुभवाचे प्रतिबिंब दर्शविणारी अशी होईल. पण ती वाचकांच्या हाती पडायला बराच विलंब लागण्याचा संभव आहे. पिकलेल्या आंब्याचा रस मधुर असतो हे खरे. पण तो मिळेपर्यंत आंबट कैरीला मीठ लावून तीच आपण आवडीने चोखत नाही काय ? ही लेखमाला वाचकांनी त्याच दृष्टीने वाचावी अशी माझी नम्र विनंती आहे.

रसग्रहणांपैकी दुसरा लेख ही 'उष:प्रभा' या कथासंग्रहावरली एक गुणग्राहक टीका आहे. या संग्रहाचे लेखक मांजरेकर यांचे हे एकुलते एक पुस्तक असावे, ही वाङ्मयदृष्ट्या दुर्दैवाची गोष्ट आहे. मराठी मासिकांच्या संपादकांनी त्यांना अधिक लिहायला लावले असते तर फार बरे झाले असते. बहुतेक मासिकांतून

दर महिन्याला येणाऱ्या ठराविक साच्याच्या गोष्टी वाचून कंटाळलेल्या वाचकांवर, मराठीत प्रतिभेची चमक दाखविणारे कथालेखकच नाहीत असे म्हणण्याची पाळी येते ! पण मला वाटते - हा सारा दोष काही लेखकांचा नाही. त्यातला प्राप्तीचा अर्धा वाटा संपादकांनाही दिला पाहिजे. सुंदर व अचूक लघुकथा लिहिणे अत्यंत अवघड असते. लघुकथालेखक हा कथा सांगणारा मनुष्य असला तरी तो हरिदास नसून कवी असतो, तुटपुंजा मोबदला घेऊन प्राथमिक शाळामास्तराप्रमाणे तो आपले काम नियमित करीत राहील ही अपेक्षा अत्यंत चुकीची आहे. चित्रकार आणि गायक यांच्याप्रमाणे त्यालाही स्वच्छंद कलाविकासाची संधी दिली पाहिजे, इत्यादी गोष्टी आमच्याकडल्या अनेक नामवंत संपादकांच्या गावीही नसतात. प्रेमकथांचा जमाना सुरू झाला की ते आपल्याकडे येणाऱ्या प्रत्येक गोष्टीत प्रेम आहे की नाही हे तपासू लागतात, समाजवादाची तत्त्वे वातावरणात घुमू लागली की ते साम्यवादाच्या नि क्रांतीच्या गोष्टी लिहिण्याविषयी लेखकांना हुकूम सोडतात आणि लढाई सुरू झाली की त्यांच्याकडून एकाच प्रकारच्या मालाची मागणी सुरू होते- 'लढाईच्या गोष्टी पाठवा !' 'युद्धस्य कथा रम्या:' एवढा एकच संस्कृत चरण त्यावेळी त्यांना महत्त्वाचा व रसिकतेचा वाटू लागतो !

असल्या धंदेवाईक संपादकांकडून गुणी लेखक प्रकाशात आणण्याचे किंवा त्यांच्या प्रतिभेला चालना देण्याचे काम होईल अशी आशा बाळगणे म्हणजे घराच्या भिंती चांगल्या रीतीने रंगविणारा मनुष्य उत्तम चित्रकाराला प्रोत्साहन देईल अशी अपेक्षा करण्यासारखेच आहे. मांजरेकर, चोरघडे, कृष्णाबाई मोटे प्रभृती गुणसंपन्न कथालेखक मराठी वाचकांना वारंवार भेटायला हवे होते ! पण-'पण' आणि 'तर' हे मनुष्याचे सर्वात मोठे शत्रू आहेत.

मात्र अनेक मासिकांच्या संपादकांना कलापूर्ण आणि कलाशून्य लघुकथा यांच्यातील अंतर ओळखण्याचे इंद्रिय नसले आणि त्यामुळे कित्येक उदयोन्मुख लेखकांना अकारण अन्याय होत असला, तरी मराठी लघुकथेची प्रगती अजिबात थांबली आहे असे म्हणता येणार नाही. 'नवे कुत्रे' ही सुंदर गोष्ट लिहिणाऱ्या मांजरेकरांप्रमाणे ज्यांच्याकडून सरस कथालेखनाची मी नि:शंकपणे अपेक्षा करतो असे सात-आठ तरी लेखक आज क्षितिजावर दिसत आहेत- काही चमकत आहेत- काही नुकतेच लुकलुकू लागले आहेत ! कवठेकरांच्या कथांतली भावपूर्णता, कथेची गुंफण करण्याचे कौशल्य नसले तरी केवळ काव्यगुणांमुळे दिव्यांच्या गोष्टीत दिसून येणारी आकर्षकता, ग्रामीण जीवनाच्या लहानसहान छटांना काव्यगुणांची किनार जोडल्यामुळे व विनोदप्रवणतेमुळे ठोकळांच्या गोष्टींना आलेला नटवेपणा, यांची आठवण आजकालचा कुठला वाचक सहज विसरेल ? ही प्रस्तावना लिहीत असताना माझ्या शेजारी तीन नवे कथासंग्रह पडले आहेत- प्रभाकर पाध्ये

यांचा 'व्याधाची चांदणी', अरविंद गोखले यांचा 'नजराणा' व 'अकिंचन' यांचा 'कालगति'. पाध्यांची 'उस्कटलेले घरटे' आणि गोखल्यांची 'आदाम आणि ईव्ह' या लघुकथा वाचून वाचकाला होणारा आनंद मराठी लघुकथेची उज्ज्वल परंपरा तशीच पुढे चालणार आहे हेच दर्शवीत नाही काय ? या दोघांची सफाई 'अकिंचनांत' नसली तरी त्यांच्या 'बळी' या गोष्टीतली वास्तवता आणि आर्तता मनाला चटका लावल्याशिवाय राहत नाही. मात्र दिघे, पाध्ये, गोखले प्रभृती कथालेखकांच्या गोष्टी वाचून एक गोष्ट मनात स्पष्टपणे ठसते-मराठी लघुकथेत सूचक काव्य अधिक प्रमाणात येत आहे. या काव्यप्रवणतेमुळे गोष्टींच्या विषयांत आणि मांडणीत बराच बदल होऊ लागला आहे. तंत्रनिष्ठता आणि बाह्य सौंदर्य यांचा जुना जमाना मागे पडून भावशीलता आणि अंत:सौंदर्य यांचे युग पुढल्या लघुकथेत सुरू होईल अशी चिन्हे स्पष्ट दिसत आहेत. या नव्या काळाशी समरस होणाऱ्या सर्व उदित आणि उदयोन्मुख कथालेखकांचे मन:पूर्वक स्वागत करताना एक कुशंका मात्र माझ्या मनाला चाटून गेल्यावाचून राहत नाही. संपादकांच्या अरसिकतेमुळे आणि सामान्य वाचकांच्या उदासीनतेमुळे या नव्या लेखकांपैकी कुणी मांजरेकरांप्रमाणे अकालीच मुके होतील काय ?

तसे होऊ नये एवढी इच्छा करण्यापलीकडे माझ्या हातात काय आहे ?

रसग्रहणांतला तिसरा लेख 'मराठी चित्रकथा' हा आहे. मराठी चित्रपटांचे हे धावते समालोचन मी १९३९ साली लिहिले होते. त्यानंतर चार पावसाळे येऊन गेले. साहित्याच्या किंवा कलेच्या कुठल्याही विभागात एवढ्या अल्पावधीत फारसे महत्त्वाचे फरक होऊ शकत नाहीत. पण चित्रपटसृष्टी मात्र या नियमाला अपवाद आहे. लक्ष्मी हीच या सृष्टीची अधिष्ठात्री देवता असल्यामुळे जणू काही चंचलपणाचे तिला वरदानच मिळाले आहे. कालची ध्येये, कालची अभिरुची, कालची कलादृष्टी, कालच्या नटनटी- आज त्यांच्यापैकी एकाही गोष्टीचा तिथे पत्ता लागणार नाही. काल आणि आज यात तुमच्या आमच्या जगात एक दिवसाचे अंतर असते. पण चित्रपटसृष्टीत एक दिवस हा एक युगासारखा ठरतो. ही नुसती विश्वामित्राची सृष्टी नाही; मयासुराचाही हात आहे तिच्या निर्मितीत !

त्यामुळे माझ्या या छोट्या समालोचनपर लेखात ज्या आठ कथालेखकांचा विशेष उल्लेख केला होता त्यांच्यापैकी वरेरकर, आपटे, वाशीकर, काळे व जोशी हे आजकाल चित्रपटसृष्टीत लेखक म्हणून वावरताना आढळत नसले तर त्यात आश्चर्य कसले ? वाशीकरांनी १९३९ नंतर प्रेक्षकांना 'ज्ञानेश्वर' दिला असला तरी ते निवृत्तच झाल्यासारखे दिसत आहे. उरलेल्या तिघांपैकी अत्र्यांची चित्रनिर्मिती अद्यापि अखंड सुरू आहे. गेल्या पाच वर्षांत त्यांची नऊ चित्रे

पडद्यावर आली. त्यांतली 'अर्धांगी व 'पायाची दासी' ही कौटुंबिक चित्रे अत्र्यांच्या विशिष्ट प्रकारच्या विनोदविलासामुळे लोकप्रिय झाली. मात्र कथागुणांच्या दृष्टीने 'लपंडाव' (प्रेक्षक आणि नटी यांच्या सोईकरता केलेले बदल क्षणभर विसरल्यास) हीच त्यांची सर्वोत्कृष्ट चित्रकथा म्हणता येईल. 'घरजावई' आणि 'नवरदेव' हे चित्रपट खुद्द अत्र्यांच्या नाटकांवर उभारलेले असून आणि 'वसंतसेना' व 'तसबीर' यांना 'मृच्छकटिक' व 'संशयकल्लोळ' यांच्यासारख्या अलौकिक लोकप्रियता लाभलेल्या गुणपूर्ण नाटकांचा भरभक्कम आधार असूनही त्यांना अपेक्षित रंगत येऊ शकली नाही, याचे कारण एकच आहे ! अत्रे हे पूर्वी लेखक होते, या चित्रपटांच्या वेळी ते निर्माते झाले !

भालबा पेंढारकर यांचा एकखांबी तंबू मात्र अजून आपल्या जागी डौलाने उभा आहे. 'बहिर्जी नाईक' व 'सूनबाई' ही त्यांची अलीकडली चित्रे पाहिली म्हणजे ठराविक मर्यादेत भालबा हुकमी चमक दाखवितात हे कुणालाही मान्य करावे लागेल.

या आठ लेखकांपैकी राहता राहिला एक लेखक-खांडेकर. माझ्या १९३९ पर्यंत प्रकाशित झालेल्या बोलपटांविषयीचे श्री. अत्रे यांचे मत या पुस्तकातल्या लेखात मी उद्धृत केले आहेच. त्यात ते म्हणतात 'खांडेकरांच्या चित्रपटांची कथानके मामुली व कृत्रिम असून, त्यात नाट्य बिलकूल नसते.' पण हे त्यांचे १९३९ चे मत आहे. १९४१ सालचे याच चार चित्रपटांविषयीचे त्यांचे मत खाली दिल्याप्रमाणे आहे. 'छाया, ज्वाला, देवता व सुखाचा शोध हे खांडेकरांचे बोलपट आतापर्यंत प्रकाशित झाले आहेत. त्यांपैकी 'छाया' व 'देवता' हे बोलपट अत्यंत यशस्वी ठरले. 'ज्वाला' हा बोलपट दिग्दर्शकाच्या मूर्ख हट्टामुळे अपयशी ठरला 'सुखाचा शोध' या बोलपटातील विषय अगदी नवीन होता, पण त्याची उठावण व्यवस्थितपणे झाली नाही.' १९३९ नंतर मी सात-आठ बोलपट लिहिले आहेत. त्यांच्याविषयीचे लोकमत वाचकांना कळावे म्हणून अशाच कुणातरी तज्ञाचे मत अवतरणचिन्हात देण्याचा माझा प्रथम विचार होता. पण कुणाचे मत द्यायचे हा प्रश्न काही सोपा नाही. कारण दोन घड्याळे किंवा दोन बायका यांच्याप्रमाणे दोन मराठी टीकाकारांचेही सहसा पटत नाही. त्यातूनही कसाबसा आपला तोल संभाळणारा एखादा विद्वान शोधून काढला तर त्याचे कुठल्या सालचे मत सादर करायचे हा त्यापेक्षाही बिकट प्रश्न आहे ! मिशाबरोबर माणसाला मते फुटतात असे गडकरी सहज म्हणून गेले ! पण माणसाच्या मिशीचा थाट वर्षानुवर्षे एकच राहत असला तरी सध्याच्या सुधारलेल्या जगात त्याच्या मतांचे आयुष्य ढेकणाइतके सुद्धा नसते, हे सांगायचे मात्र ते विसरले.

१९३९ नंतर बेडेकर, बोकील, शुक्ल प्रभृती अनेक लेखकांच्या कृती

ठळकपणाने लोकांच्यापुढे आल्या. या सर्व चित्रांत 'पहिला पाळणा' हे चित्र विशेष गुणपूर्ण होते. ते चित्र पाहून मराठी चित्रपटांचे भवितव्य अत्यंत उज्ज्वल आहे असे मी म्हटले असते ! पण-

विझण्यापूर्वी दिवा मोठा होतो म्हणतात. त्यातलाच प्रकार होता तो ! मराठी नाट्यकला जगविण्यासाठी एकीकडे जोराची धडपड सुरू झाली न झाली तोच दुसरीकडे मराठी चित्रपटकला बुडू लागल्याचे दृश्य दिसत आहे. हिंदी भाषा, हिंदी संगीत आणि हिंदी अभिरुची यांच्या आक्रमणापुढे माघार घेत घेत तिने आता पिछेहाटीची परिसीमा गाठली आहे. यापुढे मराठीत वर्षाकाठी एखाद-दुसरा तरी चित्रपट निघेल की नाही याची शंकाच वाटते. आणि चुकून एखादा निघालाच तरी तो अस्सल मराठी बाण्याचा आणि मराठी गुणांचा असणे शक्यच नाही !

या विचित्र संक्रमणाचे कारण हिंदी भाषेचा वाढता विस्तार एवढेच असते तर त्याचे आनंदाने स्वागत करता आले असते ! पण तोंडाने कलेचा जप करणारे किंवा हाताने समाजहिताची माळ ओढणारे मोठमोठे बुद्धिमान निर्माते सुद्धा 'खजान्ची' आणि 'शादी' या बोलपटांना गुरुस्थानी मानून जिथे चित्रपट काढू लागले आहेत, नाचरे संगीत आणि गहिरे स्त्रीसौंदर्य यांच्या बळावर गल्लाभरू बोलपट निघू शकतात हे पाहिल्याबरोबर त्यांच्याशी आपल्या उच्च कलागुणांनी टक्कर मारण्याची ईर्ष्या बाळगण्याऐवजी पांगुळलेल्या बुद्धीने त्यांच्या पावलांवर पाऊल टाकण्यात आमचे ध्येयवादी कलावंत जोपर्यंत धन्यता मानीत राहतील, तोपर्यंत-

कथेला दासी आणि अभिनयाला हुजऱ्या करून उन्मादक संगीतनृत्याची आणि भव्य दृश्यांची सिंहासनावर स्थापना करणारे उद्याचे चित्रपट या कलेचे वैभव कितपत वाढवितील-

भविष्य अटळ असले तरी ज्योतिष्याने अमंगळ भविष्य सांगू नये असे म्हणतात !

- वि. स. खांडेकर

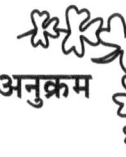

अनुक्रम

व्यक्तिरेखा

१
आप्पा नाबर

पुरुषाला माहेर असते का ?

तीन-चार वर्षांपूर्वी या प्रश्नाचे उत्तर देण्याऐवजी मी तो ऐकून नुसता हसलो असतो. 'बायकांना मिशा असतात का ?' या वात्रट प्रश्नापेक्षा त्याची किंमत मी अधिक मानली नसती.

पण आज ?

आज मला खरोखरच वाटते-पुरुषालाही माहेर असते. स्त्री कितीही प्रौढ झाली तरी तिला मधूनमधून जशी आपल्या माहेराची आठवण होते, तशा पुरुषालाही त्याच्या माहेरच्या मधुर स्मृती कधी कधी हुरहूर लावीत असतात. या दोघांच्या माहेरात एक फरक आहे मात्र ! स्त्रीच्या माहेराच्या साऱ्या गोड आठवणी बाळपणाभोवती पिंगा घालीत असतात; उलट पुरुषाच्या माहेरच्या कल्पना त्याच्या ऐन तारुण्यातल्या काळाभोवती गुंगत राहतात.

सांगली माझी जन्मभूमी. तिथे माझी पहिली पंधरा वर्षे गेली. पण सांगलीला जावे अशी ओढ माझ्या मनाला कधीच लागत नाही. योगायोगाने गेली तीन चार वर्षे मी कोल्हापूरचा रहिवासी झालो आहे. पण उद्या कोल्हापूर सोडून गेल्यावर कुठलेही काम नसताना इथे धावत यावे असे वाटण्याइतका मी त्याच्याशी समरस झालेलो नाही हे मला कबूल केलेच पाहिजे.

शिरोड्याची गोष्ट मात्र निराळी आहे. १९२० ते १९३८ या अठरा वर्षातल्या माझ्या सर्व जीवनस्मृती या चिमुकल्या गावाच्या सूत्रात गुंफल्या गेल्या आहेत. कोल्हापुरात जेव्हा जेव्हा मी रंकाळ्यावर जातो तेव्हा तेव्हा मला आरवलीच्या त्या शांत गंभीर समुद्राची आठवण होते नि काही तरी चुकल्या चुकल्यासारखे वाटते. टेंबलाईकडे पावले वळली की, अजूनही आरवलीची आमच्या घरासमोरची टेकडी माझ्या डोळ्यांपुढे उभी राहते नि माणसाला पंख असते तर फार बरे झाले

असते अशी कल्पना मनात चमकून जाते. रात्री गच्चीवर अंधाराकडे पाहत एकटाच उभा राहिलो की, माझ्या डोळ्यांपुढून अनेकदा एक चित्रपट झरझर सरकू लागतो-

आजगावची सीमा संपताच मोटारीतून दिसणारी आमच्या शाळेची ती टुमदार इमारत, मळ्यातून नागमोडी वळणाने तिच्याकडे जाणारी ती पाऊलवाट, शाळेच्या पलीकडच्या वळणावरला तो सळसळ करणारा पिंपळ-

लोखंडाच्या कणांनी लोहचुंबकाकडे ओढ घ्यावी तसा माझ्या शरीरातला कण नि कण अशा वेळी शिरोड्याकडे धाव घेऊ लागतो.

माहेरचा ओढा यापेक्षा निराळा असतो असे कोण म्हणेल ?

पण मुलीचे माहेर म्हणजे काही अंगणातले तुळशीवृंदावन, परसातला सोनचाफा, गोठ्यातली कपिला गाय किंवा देवघरातला चोरून पळवलेला नैवेद्य एवढ्याच गोष्टी नसतात ! 'दिव्या दिव्या दीपत्कार' म्हणून नंदादीपाला नमस्कार करायला लावणारी आई, कुठे एवढेसे खरचटले तरी मायेने पाठीवरून हात फिरवणारे वडील, दररोज नव्या नव्या अदभुतरम्य गोष्टी सांगणारा भाऊ, आई रागावली की पोटाशी धरणारी प्रेमळ मावशी, अशा अनेक माणसांचे संमेलन म्हणजेच माहेर.

शिरोड्याला जायच्या कल्पना करण्यात सुद्धा मला हल्ली जो आनंद वाटतो त्याचे कारण हेच आहे. माझ्यावर नि:सीम प्रेम करणारी कितीतरी मंडळी तिथे-

पण...

आता माझ्या या आनंदात एक वैगुण्य उत्पन्न झाले आहे. उद्या मी शिरोड्याला गेलो तर मला हवीहवीशी वाटणारी सारी माणसे मला भेटतील.

पण एक व्यक्ती मात्र-

काळ किती क्रूर आहे याची जाणीव अशा वेळीच मनाला होते.

शिरोड्यात आता मला आप्पा नाबरांची ती सुरकुतलेली पण हासरी मुद्रा दिसणार नाही. त्यांचा तो घोगरा परंतु प्रेमळ स्वर माझ्या कानावर पुन्हा पडणार नाही !

एकवीस वर्षांपूर्वी मी शिरोड्याच्या शाळेत मास्तर म्हणून ज्या दिवशी पाऊल टाकले तो दिवस मला अद्यापि आठवतो. भिडस्त स्वभावामुळे या परक्या खेडेगावात आपले कसे होणार याची मला मोठी काळजी वाटत होती. पण पहिल्याच दिवशी असा एक प्रसंग घडून आला की-

एप्रिल महिना असल्यामुळे शाळा सकाळचीच होती. मी चवथी व तिसरी या यत्तांवरले दोन तास घेऊन दुसरीवर गेलो. एक लांब बोळकंडेवजा अंधारी खोली

होती ती ! त्या खोलीत मी इंग्रजी दुसरे रीडर शिकवायला सुरुवात केली. माझा तास निम्मा झाला असेल नसेल ! हेडमास्तर श्री. बावडेकर (प्रसिद्ध लेखक श्री. चं. वि. बावडेकर यांचे वडील बंधू) यांनी मला बाहेर बोलावून घेतले. शाळेचेच काही तरी काम असेल असे वाटून मी बाहेरच्या पडवीत आलो. पाहतो तो एक साधारण काळसर, ठेंगू गृहस्थ तिथे उभे आहेत.

चेहऱ्यावर बुद्धिमत्तेपेक्षा भोळा भावच अधिक. दात किंचित् पुढे आलेले. हातात भाजीची पिशवी-

रस्त्यात हे गृहस्थ दिसले असते तर मी त्यांच्याकडे सहसा लक्ष दिले नसते. पण आता त्यांनीच मला नमस्कार केल्यामुळे मीही परत नमस्कार केला. लगेच ते म्हणाले 'काल आलात ना ?'

मी होकारार्थी मान हालविली.

ते गृहस्थ म्हणाले, 'वेंगुर्ल्याला गेलो होतो मी ! नाहीतर कालच तुम्हाला भेटलो असतो ! अरे हो ! विसरलोच होतो ! माझं नाव आप्पा नाबर !'

या गृहस्थांचे माझ्याकडे काय काम असावे याचा मी तर्क करू लागलो.

'बराय्' म्हणून नमस्कार करून स्वारी लगबगीने रस्त्यालाही लागली.

मुलाला शिकवणी बिकवणी ठेवण्याचा या गृहस्थांचा बेत असावा व त्याकरिताच त्यांनी नवे मास्तर 'पाहून' घेतले असावेत, अशी मनाची समजूत घालीत मी वर्गावर परत आलो.

शाळा सुटल्यावर मी माझ्या एका सहकाऱ्यांना विचारले 'आप्पा नाबरांचा एखादा मुलगा आपल्या शाळेत येतो की काय ?'

ते नुसते हंसले. पण मी गोंधळात पडलो आहे हे पाहून ते चटकन् म्हणाले, 'आप्पांना मूलबाळ काही नाही !'

या उत्तराने मी अधिकच चकित झालो. मुलबाळ नसलेल्या एका मनुष्याने गावात आलेल्या नव्या मास्तराची पहिल्याच दिवशी इतक्या अगत्याने चौकशी का करावी ?

हे नाविन्याचे वेड तर नसेल ना ? नवा कोट शिवून आला की, तो केव्हा घालीन असे लहान मुलाला होऊन जाते. काही काही मोठी माणसेही मनाने मुलासारखीच असतात. आप्पा नाबर मुद्दाम माझी चौकशी करायला आले ते मी 'नवा मास्तर' होतो म्हणून की-

माझा हा तर्क म्हणजे शुद्ध तर्कट होते अशी एका आठवड्यात माझी खात्री झाली. आप्पांना जगाच्या दृष्टीने मूलबाळ नव्हते हे खरे. पण तात्त्विक दृष्टीने प्रत्येक संस्था ही त्यांची कन्याच होती. आमच्या शाळेवर त्यांचा खराखुरा लोभ होता. ही शाळा वाढावी, चांगली चालावी, तिचा लौकिक दूरवर पसरावा,

इत्यादी सुखस्वप्नात गुंग होऊन जाण्यात ते चालकांच्याहूनही अधिक आशावादी होते. शाळेवरल्या या प्रेमामुळेच त्यांनी माझी इतक्या आपुलकीने चौकशी केली. एवढेच नव्हे, तर खाण्यापिण्याच्या नि राहण्याच्या बाबतीत माझी काही गैरसोय होते किंवा काय याविषयी ते दररोज प्रश्न विचारून मला भंडावून सोडू लागले. त्यांचे ते प्रेमळ प्रश्न ऐकताना माझ्या मनात येई - भोळेभाबडे वात्सल्यच आप्पांच्या रूपाने शिरोड्यात अवतरले आहे.

पहिल्या पंधरवड्यात आलेला हा अनुभव पुढल्या अठरा वर्षांत अधिक अधिक दृढ होत गेला. आप्पा लौकिकदृष्ट्या अपत्यहीन होते. पण त्यांच्या घरात पत्नीच्या नात्यांतली लहान मोठी मुले नेहमीच असत. पितृप्रेमाने आप्पांनी त्या सर्वांचे लालनपालन नि शिक्षण केले.

पण चारदोन मुलांच्यावर वर्षाव केल्याने त्यांच्या अमूप वात्सल्याची तृप्ती होणेच शक्य नव्हते. त्यांचे वात्सल्य हा मिरजेचा पाऊस नव्हता. तो आंबोलीचा पाऊस होता. इतरांच्या सुखाकरता नि समाजाच्या हिताकरता काही तरी करावे ही तळमळ त्यांच्या हृदयात अखंड चाललेली असे. शिरोड्याचे वाचनमंदिर त्यांच्या या तळमळीमुळेच बाल्यावस्थेतल्या अनेक संकटांतून बचावून बाहेर पडले, आमची शाळा तर त्यांनी देणगी म्हणून दिलेल्या जमिनीवरच उभी आहे. या शाळेच्या इमारतीकरिता फंड जमवायला आम्ही जी चारपाच मंडळी भिक्षांदेहीकरता नेहमी बाहेर जात असू त्यात आप्पा हटकून असायचेच. सार्वजनिक काम म्हटले की ऊनपाऊस नाही, भूकतहान नाही, दिवसरात्र नाही, काही नाही. आप्पा ते करायला नेहमी एका पायावर तयार !

अनेक प्रसंग आठवतात. किती लहान, किती सामान्य ! पण अजूनही ते काल घडल्याप्रमाणे वाटतात मला ! शाळेत 'गरीब-विद्यार्थीफंड' काढला होता आम्ही. दर गुरुवारी शाळेत त्याची पेटी फिरत असे. कसेबसे चार-पाच आणे जमा होत. या फंडाला थोडे चांगले स्वरूप यावे म्हणून शिरोड्यात व आरवली, रेडी वगैरे जवळच्या गावी जत्रांमधे "गरीब-विद्यार्थी-फंडा" ची पेटी फिरवायचे आम्ही ठरविले. हे काम विद्यार्थ्यांनीच केलेले बरे अशी एक विचारसरणी त्यावेळी पुढे आली. पण काही केल्या ती मला पटली नाही. शिष्टपणाच्या खोट्या कल्पना निदान शाळेच्या जगात तरी असू नयेत असे वाटून विद्यार्थ्यांबरोबर आम्ही मोठ्या माणसांनीही हे भीक मागण्याचे काम करायचे ठरविले.

त्या वर्षांतली दुसरी किंवा तिसरीच जत्रा असेल ती ! मला देवळाकडे जायला उशीर झाला होता. कुणी मोठी माणसे आली नसतील तर विद्यार्थ्यांच्या पेटीत काहीच पडणार नाही या कल्पनेने घाईघाईनेच मी देवळाच्या आवारात पाऊल टाकले. माझ्या कानी एक ललकारी आली- 'गरीब विद्यार्थिफंडाला मदत करा !'

आप्पांचाच आवाज होता तो ! लहान मुलाच्या उत्साहाने हातात पेटी घेऊन येणाऱ्याजाणाऱ्या प्रत्येक मनुष्याच्यापुढे आप्पा ती धरीत होते नि मोठमोठ्याने ओरडत होते, 'गरीब विद्यार्थिफंडाला मदत करा !' पेटीवरल्या छोट्या मेणबत्तीच्या प्रकाशाने उजळलेली आप्पांची ती उत्साही मुद्रा अजून मला आठवते.

मी चित्रकार असतो तर आप्पांच्या आयुष्याचे प्रतीक म्हणून हेच चित्र काढले असते-एका लहान लाकडी पेटीवर एक छोटी मेणबत्ती जळत आहे. वाऱ्याबरोबर तिची ज्योत खालीवर होते-तिचा मंद प्रकाश मधून मधून अगदीच अंधुक होतो - पण काही झाले तरी ती जळत राहते - आपण अंधार उजळवीत आहो या भावनेने ती नाचत राहते.

याच भावनेच्या धुंदीत आप्पा केवढी तरी मनोराज्ये करीत असत. आमच्या पाच यत्तांच्या इंग्रजी शाळेचे शक्य तेवढ्या लवकर हायस्कुलात रूपांतर व्हावे हा ध्यास तर त्यांनी घेतला होताच. पण या तीन-चार हजार वस्तीच्या खेड्यात मुलींची स्वतंत्र इंग्रजी शाळा चालविण्याच्या कल्पनाही मधून मधून त्यांच्या डोक्यात येत असत. शिरोड्याला कॉलेज काढण्याची कल्पना कुणी सुचविली असती, तर ती सुद्धा त्यांनी उचलून धरली असती ! नेपोलियनप्रमाणे त्यांच्याही कोशात 'अशक्य' हा शब्द नव्हता ! अशा वेळी माझ्यासारखा एखादा मनुष्य असल्या मनोराज्यांची असंभाव्यता दर्शवू लागला की त्यांची मोठी तगमग होई ! त्याचे व्यावहारिक मुद्दे काही त्यांना खोडून टाकता येत नसत. पण आपल्या आवडत्या कल्पना सोडून देणेही त्यांच्या अगदी जीवावर येई. शेवटी ते माघार घेत. मात्र अशा वेळी त्यांच्या मुद्रेवर पोटच्या गोळ्याचा त्याग करावा लागणाऱ्या मातेची असहाय्यता प्रतिबिंबित झाल्याशिवाय राहत नसे.

आज झाड लावले की उद्या त्याला फुले आली पाहिजेत अशी लहान मुलाची अपेक्षा असते ना ? सामाजिक प्रगतीच्या बाबतीत आप्पाही असेच अधीर होते. दुसऱ्या कुणी काही केले नाही तरी आपण धडपडत राहिलेच पाहिजे या भावनेने त्यांचा सारा कार्यक्रम चाले.

या कार्यक्रमात त्यांनी मला एकदा पुराणिकही बनविले होते !

गांधींच्या एका मोठ्या उपासाच्या वेळचा प्रसंग आहे हा ! सारे राष्ट्र काळजीने काळवंडून गेले होते. घरातला एखादा मनुष्य अतिशय आजारी असावा तशी आप्पांची स्थिती झाली होती. दररोज ते वर्तमानपत्रे उघडीत, गांधींच्या प्रकृतिमानाच्या बातम्या वाचीत आणि ओल्या होऊ लागलेल्या डोळ्यांच्या कडा आम्हाला दिसू नयेत म्हणून दुसरीकडे पाहू लागत.

गांधीजी त्या दिव्यातून सुखरूप बाहेर पडले. आप्पांचा आनंद गगनात मावेना.

त्यांनी लगेच आपल्या घरी एक सत्यनारायण करायचे ठरविले. या सत्यनारायणाला हरिजनांनाही निमंत्रण दिले होते. अर्थात अशा प्रसंगी कथा सांगायचे काम ओघानेच माझ्याकडे आले. मी पहिल्यांदा खूप आढेवेढे घेतले. सत्यनारायणावर माझा विश्वास नाही हेही आप्पांना सुनावले. पण काही केल्या ते आपला हट्ट सोडीनात. शेवटी कथा लिहिण्यापेक्षा कथा सांगणे हे फार अवघड काम आहे याचा मला प्रत्यक्षच अनुभव घ्यावा लागला !

'तुकराम' बोलपट विलक्षण लोकप्रिय होण्याचे कारण तो नुसता संतपट नाही, तर ती एक सुंदर सामाजिक कथा आहे, असे एकदा मी म्हटले होते. माझे हे विधान ऐकून त्या बैठकीतले पुरोगामी लोक बरेच आश्चर्यचकित झाले. त्यांना आप्पा ठाऊक नव्हते म्हणून मी गप्प बसलो. नाहीतर त्यांच्या आयुष्याकडे बोट दाखवून मी माझ्या विधानाचे सुंदर समर्थन केले असते.

आप्पांच्या पत्नीने संसाराचा गाडा वर्षानुवर्षे किती कष्टाने व कौशल्याने चालविला याची मला पूर्ण कल्पना आहे. पण त्यांच्या तोंडून केव्हा केव्हा संसाराविषयी असंतोषाचे उद्गार बाहेर पडत असत हेही काही खोटे नाही. प्रपंच व परमार्थ यांचा सनातन झगडा त्यांच्याही आयुष्यात होताच. दान करताना उत्पन्नाकडे कधी लक्ष द्यायचे नाही, देशभक्ती म्हटले की तिथे खर्चाकडे ढुंकून पाहण्याची जरुरी नाही, असे एकंदरीत आप्पांचे तत्त्वज्ञान होते. हे तत्त्वज्ञान त्यांच्या पत्नीप्रमाणे प्रत्यक्ष संसार करणाऱ्या कुणाही व्यक्तीला परवडत नाही. अशा परिस्थितीत पतिपत्नीचे खटके उडाले नाहीत तरच नवल ! अनेकदा हे खटके जमिनीवर घासताच क्षणभर चुरचुर करणाऱ्या दारूच्या चापटक्या वड्यांप्रमाणे असत. पण एकदा मात्र या दारूचा स्फोट फार जोराने झाला !

ती रात्र मी अजून विसरलो नाही. जवळ जवळ नऊ वाजून गेले असावेत. मी काहीतरी वाचीत अंथरुणावर पडलो होतो. एखाद्या खोलीत पुष्पगुच्छाचा मंद सुगंध हळूहळू पसरत जावा त्याप्रमाणे माझ्या भोवतालची निद्रेची नाजूक हालचाल मला अधिक अधिक जाणवू लागली होती. मी हातातले पुस्तक मिटून उशालगतचा दिवा मालवणार इतक्यात बाहेरून हाक आली, 'मास्तर, अहो मास्तर !'

मी ताडकन् अंथरुणावर उठून बसलो.

आप्पांचा किंचित् घोगरा असा आवाज होता तो.

मी घाईघाईने उठून दार उघडले. काय झाले आहे तेच मला कळेना. कोकणात अपरात्री कुणी हाक मारली की एक भलतीच शंका मनात येते. अंधारातून चालताना कुणाच्या पायाबुडी काही तरी सापडले नाही ना ?

याच शंकेने घाबरून जाऊन मी दार उघडले. पाहतो तो पुढे हातात कंदील घेतलेले आप्पा शांतपणे उभे. त्यांच्याकडे पाहून मला हायसे वाटले.

मी आप्पांना विचारले, 'इतक्या रात्रीसे आलात ?'

'तुमचा निरोप घ्यायला !'

'म्हणजे ?'

'मी गांधींच्या आश्रमात चाललो आहे !'

पुढे दोन तास ते नि मी एकसारखे तावातावाने बोलत होतो. त्यांचे म्हणणे संसार आपल्या देशसेवेच्या आड येत आहे. मी त्यांची समजूत घालीत होतो- ज्याला प्रपंच नीट करता येत नाही त्याला परमार्थ कसा साधेल ? शिडीच्या वरच्या पायरीवर जाण्याकरता खालच्या पायरीवर तोल सावरून उभे राहिलेच पाहिजे-इत्यादी, इत्यादी.

दुसऱ्या कुणालाही न कळवता पहाटे शिरोडे सोडून जाण्याचा त्यांचा बेत होता. प्रत्येक सात्त्विक मनुष्यात बुद्धाचा थोडा ना थोडा तरी अंश असतोच असतो असा विचार त्यांचे ते विक्षिप्त पण कळकळीचे बोलणे ऐकताना माझ्या मनात एकसारखा येत होता.

बुद्ध कंदील घेऊन मंदिराबाहेर पडला नव्हता म्हणून असेल अथवा त्याला खांडेकरासारखा वावदूक मित्र मिळाला नव्हता म्हणून असेल, आप्पांच्या भीष्मप्रतिज्ञेचे हळूहळू कृष्णप्रतिज्ञेत रूपांतर झाले. मी खूप वाद घातला त्यांच्याशी. शेवटी त्यांनी आपला बेत लांबणीवर टाकण्याचे कबूल केले. नको असलेल्या बाबतीत आजची गोष्ट उद्यावर पडणे म्हणजे तीनचतुर्थांश यश मिळण्यासारखे आहे हे मीही जाणून होतो.

आप्पांच्या आयुष्यात भव्य किंवा दिपविणारे असे काहीच नव्हते. ते बाळपणी दत्तक गेले, लहानपणीच त्यांचे लग्न झाले, त्यांचे शिक्षण इंग्रजी दुसरीतच संपले, मोठेपणी त्यांनी वडिलार्जित कुळकर्णीपण केले इत्यादी गोष्टीत अद्भुतरम्य असे काहीच नाही. ते विद्वान नव्हते, सार्वजनिक कामात पडूनही त्यांना वक्तृत्त्व साध्य झाले नव्हते, ध्येय आणि व्यवहार यांची सुंदर सांगड घालण्याचे चातुर्यही त्यांच्या अंगी नव्हते. पण-

टिळकांच्या रूपाने महाराष्ट्रात देशभक्तीचा जो तेजस्वी नंदादीप उजळला होता, त्याने प्रकाशित केलेली एक साधी सुधी जीवनज्योत आप्पांच्या हृदयात तेवत होती. समुद्रावर ते नि मी फिरायला गेलो की मी त्यांना नेहमी म्हणे, 'आप्पा, तुमचं मन या चळवळ्या समुद्रासारखं आहे. नेहमी अस्वस्थ असतं ते !'

प्रतिकोटी करण्यात ते चतुर नव्हते. नाहीतर त्यांनी उत्तर दिले असते 'अस्वस्थ समुद्राच्या तळाशीच मोती असतात हे विसरू नका !'

त्यांच्या मनातल्या या मोत्यांची पुरी पुरी कल्पना त्यांच्या आप्तेष्टांना सुद्धा आली नाही. मग इतर लोकांची गोष्ट कशाला हवी ? व्यवहारशून्य या विशेषणानेच

गाव वारंवार त्यांचा उल्लेख करी. गावातले सावकार नव्या नव्या जमिनी खरेदी करीत असताना आप्पा आपले वडिलोपार्जित वतन गमावीत होते. गावातली सुखवस्तू मंडळी नवी घरे उठवीत असताना आपल्या जुन्या घराची निगा राखायलाही आप्पाना फुरसत मिळत नसे. जगाच्या दृष्टीने हाच त्यांचा मोठा दोष होता.

पण मला वाटते-माझ्यासारख्या अनेकांच्या मनांत आप्पा अमर झाले आहेत ते याच गुणामुळे. ते स्वतःसाठी जगलेच नाहीत, इतरांसाठी जगले. त्यांच्या आयुष्याची नदीशी किंबहुना विहिरीशीही तुलना करण्यात स्वारस्य नाही. त्यात भव्य ओघ नव्हता, सुंदर तरंग नव्हते, पुरुष दोन पुरुष खोल असे स्वच्छ काळेभोर पाणीही नव्हते ! पण उन्हाळ्यात वाळवंटात हातभर खोल खणले की पाणी लागते ना ? तसे त्यांचे जीवन होते. उत्कट भावना हाच त्यांचा आयुष्याचा आत्मा होता.

त्यांच्या या शक्तीचे अत्यंत रम्य स्वरूप १९३० च्या मिठाच्या कायदेभंगाच्या वेळी माझ्या दृष्टीला पडले. शिरोड्याला मीठलुटीची मोहीम होणार हे कळताच आप्पा आनंदाने बेहोष होऊन गेले. त्यांच्या दृष्टीने कायदेभंग हा जणू एक मोठा उत्सवच होता ! घरादाराची व्यवस्था, वयोमानाने आलेला अशक्तपणा, दात पडले असल्यामुळे तुरुंगात खाण्यापिण्याचे हाल होण्याचा संभव-यांतल्या एकाही गोष्टीचा विचार करण्याच्या स्थितीत ते नव्हते. एकाच भावनेने ते धुंद होऊन गेले होते-

मातृभूमीच्या स्वातंत्र्याची चळवळ !

पहिल्या दिवशी पकडलेल्या लोकांना शिरोड्याच्या कस्टमहाऊसमध्ये ठेवले होते. तिथे मी आप्पांना भेटायला गेलो. त्यांच्या प्रकृतीचे मान लक्षात घेता ते तुरुंगातून सुखरूप परत येतील की काय याची मला शंकाच वाटत होती. पण मी त्यांना पाहिले मात्र-

त्यांच्या त्या निस्तेज डोळ्यांतून जणू काही ओजस्वी काव्यपंक्ती बाहेर पडत आहेत असा भास झाला मला. माझ्या कानात एकामागून एक ओळी घुमू लागल्या.

'वाढुं दे कारागृहाच्या भिंतिची
उंची किती
मन्मना नाही क्षिती
भिंतिच्या उंचीत आत्मा राहतो
कां कोंडुनी
मुक्त तो रात्रंदिनी
शृंखला पायात माझ्या चालताना

रुमझुमे

घोष मंत्राचा गमे

लौकरी स्वातंत्र्यभानो ! भारती दे

दर्शन

होउ तेव्हा पावन'

आप्पांना धीर देण्याकरता म्हणून मी गेलो होतो. पण मी गप्प बसलो. फुलांनी बहरलेल्या वेलीला कागदी फुले चिकटविण्याचा वेडेपणा मी केला नाही.

संध्याकाळ झाली. मी आप्पांचा निरोप घेतला नि पायऱ्या उतरलो. एकदम माझ्या कानावर शब्द पडले.

'मास्तर, वंदे मातरम् !'

लवकरच आपण शिरोड्याला जाणार आहो या कल्पनेने माझे मन सध्या आनंदित होत आहे. पण त्या आनंदात एक उणीव मात्र मला जाणवत आहे.

मला माझ्या आवडत्या समुद्राचे संगीत आता मनसोक्त ऐकायला मिळेल.

पण 'मास्तर, वंदे मातरम्' हे एका सात्त्विक आत्म्याचे घोगऱ्या आवाजातले शब्द मात्र त्या वातावरणात पुन्हा कधीही माझ्या कानावर पडणार नाहीत !

✿

२
प्रो. ना. सी. फडके

'यांना ओळखलंत का ?' तात्यासाहेब कोल्हटकर एकदम थांबले आणि माझ्याकडे पाहत म्हणाले.

तात्यासाहेबांना नमस्कार करून त्यांच्याशी बोलू लागलेल्या त्या व्यक्तीकडे मी कुतूहलाने पाहू लागलो. डोळ्यांत भरण्याजोगी उंची नाही. अंगकाठीही अशीतशीच ! डोक्यावर टोपी नव्हती. पण त्यामुळे निश्चित तर्क करण्याचे दिवस नव्हते ते !

१९२६ सालच्या मे महिन्यातली गोष्ट. मुंबईला नुकतेच साहित्यसंमेलन भरले होते. पण तात्यासाहेबांच्या परिचयाची ती व्यक्ती संमेलनातल्या मेळाव्यात मला कुठेच दिसली नव्हती ! त्यामुळे मला वाटले- कोल्हटकरांच्या परिचयाचे वऱ्हाडातले कुणीतरी तरुण वकील असावेत हे !

मी पुन्हा त्या व्यक्तीकडे निरखून पाहिले. त्या तरुण वकिलांची एक लकब एकदम माझ्या लक्षात आली. अगदी सहज पाहतानासुध्दा ती व्यक्ती अभिमानाने जगाकडे दृष्टिक्षेप करीत आहे असा भास होत होता. पण हा अभिमान डोळ्यांत नव्हता; मानेच्या हालचालीत होता. जणू काही त्या व्यक्तीच्या मानेची सूक्ष्म हालचालसुद्धा म्हणत होती, 'मी मोडेन, पण कधीही वाकणार नाही !'

बोलता बोलता तात्यासाहेबांनी माझ्याकडे पाहिले. मी गोंधळलो आहे, हे त्यांच्या लक्षात आले असावे. किंचित् हसून ते म्हणाले,

'अहो, हे फडके-'

तात्यासाहेबांचे पुढचे शब्द ऐकायच्या आधीच माझे मन एक मोठे भ्रमण करून आले. मी मनात म्हणत होतो- हे बहुधा शिल्पकार फडके असावेत. इतक्यात तात्यासाहेबांच्या शब्दांनी दचकून मी भानावर आलो. तात्यासाहेब म्हणत होते, 'रत्नाकराचे संपादक !'

रत्नाकराचे संपादक !

मी आश्चर्याने पाहतच राहिलो. 'कुलाब्याची दांडी' ही रम्य कादंबरी ज्या लेखकाने लिहिली, त्या कादंबरीपेक्षाही सरस अशी 'जादुगार' कादंबरी ज्या लेखकाच्या हातून निर्माण होत आहे, ती व्यक्ती आणि आपल्यापुढे उभी असलेली व्यक्ती एकच-

मला विचार करायला वेळच नव्हता, फडक्यांना तात्यासाहेब माझी ओळख करून देत होते. 'रत्नाकरात' माझी 'दत्तक' ही गोष्ट त्यावेळी येऊन गेली होती म्हणून बरे ! नाहीतर कोल्हटकरांचे काम मोठे दुर्घट झाले असते !

गिरगाव बॅकरोडवरल्या कोपऱ्यावर उभ्या उभ्या भेटलेल्या माणसांचे बोलणे कितीसे होणार ? पण फडक्यांनी गोविंदराव टेंब्यांसह रात्री कोल्हटकरांच्या बिऱ्हाडी यायचे त्यावेळी कबूल केले एवढे मला अजून आठवते.

निरोप घेऊन फडके चालू लागल्यानंतर मी मागे वळून त्यांच्या पाठमोऱ्या आकृतीकडे पाहिले. माझ्या मनात एकदम दोन-तीन प्रश्न उभे राहिले. वाङ्मयक्षितिजावरला हा नवा तेजस्वी तारा परवाच्या संमेलनात कुठेच चमकला नाही हे कसे ? मराठी कादंबरीला नवीन वळण लावण्याचे सामर्थ्य ज्याच्या लेखणीत आहे त्याची मूर्ती इतकी लहान- लगेच गडकऱ्यांची आठवण झाल्यामुळे हा प्रश्न मी मनातसुद्धा पुरा केला नाही. मात्र तिसरा प्रश्न राहून राहून माझ्या मनात उभा राहत असताना त्याचे उत्तर काही केल्या मी देऊ शकलो नाही. ती अभिमानपूर्ण मानेची हालचाल-फडक्यांच्या दृष्टिक्षेपात जगाचा अधिक्षेप आहे, इतरांविषयी उदासीनता आहे, की कलाकाराच्या व्यक्तित्त्वाचे ते एक दृश्य चिन्ह आहे ?

या प्रसंगाला जवळ जवळ बारा-तेरा वर्षे होऊन गेली असतील. कमल दीक्षित यांच्या घरी मी, यशवंतराव पेंढरकर, वामनराव ढवळे वगैरे मंडळी चहाला गेलो होतो. प्रो. पंगु आधीच येऊन बसले होते. चहापान व गप्पा यांत आम्ही सर्व रंगून गेलो असताना फडके माडीवर आले. अनपेक्षित रीतीने इतकी मंडळी जमलेली पाहून त्यांनी हसत प्रश्न केला "अगदी संमेलनच भरलंय म्हणायचं ?" समोरच्या एका रिकाम्या खुर्चीकडे पाहत मी उत्तर दिले, "अध्यक्षांचीच वाट पाहत होतो आम्ही !"

फडके बसले; पण ते पाचच मिनिटे !

यावेळी, १९२६ साली मी फडक्यांना प्रथम पाहिले त्या प्रसंगाची मला आठवण झाली. या मधल्या तपात फडक्यांनी इतकी विपुल वाङ्मयसेवा केली होती की माझ्या मनाने गडकऱ्यांशी त्यांची केलेली तुलना आकृतीप्रमाणे कीर्तीच्या बाबतीतही सर्वस्वी बरोबर ठरली होती. आणि त्यांच्या मानेच्या हालचालीबरोबर

व्यक्त होणारा तो अभिमान-तो त्यांच्या व्यक्तित्वाचाच निदर्शक होता. गुन्हेगार जातीची वस्ती अगर बिडी कारखान्यातील संप प्रत्यक्ष पाहून त्यावर लिखाण करण्याइतके हल्ली ते प्रचार व कला यांच्या संगमावर उभे आहेत, असा भास होत असला आणि एखाद्या पृच्छकाचे तोंड बंद करण्याकरिता 'मी मार्क्सिस्ट आहे' असे उत्तरही ते त्याच्या तांडावर फेकत असले, तरी ललित वाङ्मय निर्माण करणारी त्यांची प्रतिभा मूलत: व्यक्तिवादी आहे, यांत शंका नाही. कलेकरता कला या त्यांच्या तत्त्वाचा उगमसुद्धा त्यांच्या वैशिष्टयपूर्ण व्यक्तित्वातच आहे.

'दौलत' कादंबरी लिहित असताना ती शोकपर्यवसायी करण्याचा विचार आपल्या मनात आला होता, पण दु:ख आपल्या मनाला आवडत नसल्यामुळे आपण ती सुखपर्यवसायी केली, असे त्यांनी 'अरुण' मासिकतल्या 'मी व माझे लेखन' या लेखमालेतल्या आपल्या लेखात लिहिले होते. या एका वाक्यात फडक्यांनी आपला तत्कालीन वाङ्मयविषयक दृष्टिकोन अत्यंत प्रामाणिकपणे व्यक्त केला होता. १९२६ ते १९३८ या काळात त्यांनी दहा कादंबऱ्या लिहिल्या. त्यातल्या 'प्रवासी' या एकाच कादंबरीचा त्यांनी शोकान्त शेवट केला आहे. त्यांच्या लघुकथांची संख्याही शंभराच्या आतबाहेर असायला हरकत नाही. पण या कथांतही सहजासहजी सुखपर्यवसायी होणाऱ्या गोष्टींचाच भरणा अधिक ! 'Life is a pleasure trip' असे नोएल कॉवर्डच्या नाटकातले एक पात्र म्हणते. पहिल्या प्रतीचे ललितवाङ्मय निर्माण करणाऱ्या फडक्यांच्या प्रतिभेलाही ते पहिल्यापासून मान्य असावे असे दिसते !

'अटकेपारच्या' वेळी ते गोमंतक पाहण्याकरिता गेले होते. कुणालाही न कळविता ते गोव्यात गेल्यामुळे, गोमंतकात परक्या प्रवाशांच्या जेवढ्या गैरसोई होतात तेवढ्या त्यांनाही अनुभवाव्या लागल्या. दोनतीन दिवसांतच ते कंटाळून परत आले. त्यानंतर कोल्हापूरला मी गेलो असताना त्यांची माझी गाठ पडली तेव्हा ते उद्गारले, 'लवकर परत आलो म्हणून सुटलो ! तुमच्या त्या गोव्याला कोपरापासून नमस्कार करायला हवा !' अंदमानातून सुटून आलेल्या माणसाप्रमाणे त्यांच्या तोंडून असले उद्गार निघालेले पाहून मला आश्चर्य वाटले. कारण गोमांतक म्हटले की, माझ्या डोळ्यांपुढे पणजीच्या खाडीतला रम्य सूर्योदय उभा राहतो, शांतादुर्गेचा सुंदर कळस चमकू लागतो, शांत शीतल कुळागरे नाचू लागतात. यामुळे महाराष्ट्रीय मनुष्याला आवडेल असे अन्न गोमंतकातल्या खाणावळीत मिळत नाही, उन्हाळ्याच्या दिवसात घामाच्या चिकचिकीने परका मनुष्य तिथे अगदी कंटाळून जाण्याचा संभव असतो, इत्यादी इत्यादी गोष्टी चटकन् माझ्या लक्षात येत नाहीत !

१९३३ साली राजाराम कॉलेजमध्ये मराठी वाङ्मयमंडळातर्फे माझे 'मराठी कादंबरी'वर व्याख्यान होते. 'आमच्या कादंबरीकारांनी कलाविलासाइतकेच कलाविकासाकडेही लक्ष दिले पाहिजे' असे मी बोलून गेलो. लगेच पुढल्या रांगेत माधवराव पटवर्धनांच्या शेजारी बसलेले फडके हळूच उद्गारले, 'विकासानंतर काय ? विलाप ?'

१९३९ च्या अखेरची गोष्ट. माधवराव बागल शेतकऱ्यांचा मोर्चा घेऊन कोल्हापुरात येणार होते. माधवरावांचा व माझा स्नेह असल्यामुळे मोर्च्याच्या वेळी आपण स्टेशनवर जावे असे राहून राहून माझ्या मनात येत होते. पण टॉयफाइडने अंथरुणाला खिळलेल्या मनुष्याला घराबाहेर कोण जाऊ देणार ? दुपारी तापाने माझ्या शरीराची जेवढी तलखली झाली तेवढीच- किंबहुना त्यापेक्षाही अधिक मनाची तळमळ झाली. माधवरावांच्या मोर्च्याचे स्फूर्तिदायक दृश्य पाहण्याच्या आनंदाला मी मुकलो म्हणून मला फार वाईट वाटले.

दुपारी स्टेशनावर गेलेली काही मंडळी संध्याकाळी माझ्या समाचाराला आली. मी मोर्च्याची सारी हकीगत विचारली. त्या दिवशी स्टेशनावर आलेल्या मंडळींत फडके प्रामुख्याने दिसत होते, असे कुणी तरी सांगताच मला नवल वाटले, पण त्यापूर्वी मुंबईला झालेला सात नोव्हेंबरचा संप पाहण्याकरिता ते मुद्दाम गेले होते, हे आठवताच माझे आश्चर्य नाहीसे झाले.

या तिन्ही आठवणी सहज आठवल्या तशा दिल्या आहेत. त्या अगदी सामान्य आहेत. पण लेखक या दृष्टीने फडक्यांच्या व्यक्तिमत्तेचे (Personality) दिग्दर्शन करण्याच्या दृष्टीने त्या उपयुक्त आहेत. फडके अंतर्यामी व्यक्तिवादी,कलावादी, सौंदयवादी होते आणि आहेत. चित्रकाराने वासंतिक वायुलहरीप्रमाणे धुळीची वावटळही पहावी तसे ते सध्याच्या प्रक्षोभक दृश्यांचे अवलोकन करतात. पण ते समाजवादी, प्रचारवादी किंवा उपयुक्तावादी नव्हते आणि बदलत्या काळाबरोबर त्यांनी आपल्या व्यक्तित्त्वावर नवीन नवीन गोष्टी लादण्याचा कितीही अट्टाहासाने प्रयत्न केला तरी ते कुठल्याही तत्त्वप्रणालीचे कट्टर प्रचारक कधीच होऊ शकणार नाहीत. प्रचार हे त्यांच्या कलावृक्षावरले कलम वाटत नाही; बांडगूळ वाटते.

आणि ज्या कला-वृक्षाला दरवर्षी नवा नवा बहर येत आहे, ज्याच्या फळांची गोडी रसिकांना अवीट वाटत आहे, ज्याच्या सावलीत सरस्वतीचा मयूर नृत्य करीत आहे असा प्रेक्षकांना भास होत आहे, त्या वृक्षावर त्याच्याशी समरस न होणारे कलम करण्याची जरुरी तरी काय आहे ? लोकप्रियतेच्या बाबतीत फडके यांनी गडकऱ्यांची बरोबरी केली एवढेच नव्हे तर हरिभाऊ आपटे, कोल्हटकर,

खाडिलकर, केळकर, वामनराव जोशी, वरेरकर, डॉ. केतकर प्रभृती मागच्या पिढीतल्या बहुतेक ग्रंथकारांवर विपुल आणि लालित्यपूर्ण वाङ्मयनिर्मितीत ताण केली आहे. या थोर लेखकांपैकी कित्येकांचे कार्य वाङ्मयाच्या एखाददुसऱ्या क्षेत्रातच झाले आहे. केळकर किंवा हरिभाऊ आपटे यांनी विविध क्षेत्रात प्रवेश केला असला तरी त्यांची चिरकाल कीर्ती राहील ती निबंधकार आणि कादंबरीकार म्हणूनच. पण फडके मात्र कादंबरीकार, गुजगोष्टींचे लेखक, आणि प्रबंधकार या तिन्ही नात्यांनी पुढील पिढीचेसुद्धा आवडते लेखक राहतील.

फडक्यांच्या या विलक्षण लोकप्रियतेचे रहस्य त्यांच्या शैलीत आहे. 'The style is the man' ही उक्ती त्यांच्याइतकी फारच थोड्या लेखकांना लागू पडेल. हरिभाऊ आपट्यांच्या भाषेचा साधेपणा, गुर्जरांच्या बंगाली कथांच्या अनुवादांनी प्रचलित केलेल्या भाषेतील नादमाधुर्य आणि केळकरांच्या शैलीतील कुठलाही विचार अगदी सहज रीतीने व्यक्त करण्याचा घरगुतीपणा या तिन्हींचा मधुर संगम फडक्यांनी आपल्या लेखन-संसारात आरंभीच साधला. 'चित्रपटांची चांडाळ चैन' सारख्या लेखात त्यांच्यावर पडलेली गडकऱ्यांची छाप स्पष्टपणे दिसून येते. पण चांदण्याचे सौंदर्य अभ्रांनी लोपून जाते, हे चटकन् ओळखून त्यांनी शब्दालंकारांनी भारावलेल्या त्या शैलीचा त्याग केला व आपली नवीन मधुर भाषा शैली निर्माण केली. सध्याच्या उदयोन्मुख लेखकांच्या भाषेत अनेकदा माधुर्य आणि प्रसाद यांचा जो सुंदर संगम दिसतो, त्याचे निम्मे श्रेय फडक्यांनाच द्यावे लागेल.

भाषेप्रमाणे त्यांच्या कादंबऱ्यांतही आकर्षक वैशिष्ट्य आहे. हरिभाऊ आपटे व वामनराव जोशी यांच्यामागूनचे प्रमुख कादंबरीकार या दृष्टीने त्यांच्या कादंबरीवाङ्मयाकडे पाहण्याची जी प्रथा पडली तिने त्यांना थोडा तरी अन्याय झाला यात शंका नाही. मध्यम वर्गाच्या सामाजिक परिस्थितीचे आणि तिच्यात भरडल्या जाणाऱ्या विविध व्यक्तींचे-विशेषत: स्त्रियांचे-हरिभाऊंनी केलेले चित्रण अत्यंत हृदयस्पर्शी आहे. पण सजीवता हा हरिभाऊंच्या कलेचा आत्मा होता, सौंदर्य हा फडक्यांच्या कलेचा आत्मा आहे, या गोष्टीकडे या दोन श्रेष्ठ कादंबरीकारांची तुलना करणारांचे कळत - न कळत दुर्लक्ष झाले यात शंका नाही. बांधेसूद कथानक, त्याची प्रमाणबद्ध मांडणी, गुंतागुंत, निरगाठ व उकल यांचा चातुर्याने केलेला उपयोग, सामाजिक प्रश्नाला कथानकात दिलेले गौणस्थान, वास्तवाला कल्पनारम्यतेची जोड देऊन त्याला आणलेली मधुर आकर्षकता इत्यादी फडक्यांच्या कादंबरीचे विशेष लक्षात घेतले म्हणजे त्यांनी कल्पनारम्य सामाजिक कादंबरीचा एक नवीन नमुना मराठीत रूढ केला असे म्हणावे लागते. या दृष्टीनेही त्यांच्या कादंबऱ्यांचे परीक्षण होणे जरूर आहे. अत्र्यांच्या नाटकांना नाट्यशास्त्राचे जुने

नियम लावून त्यांचे महत्त्व ठरविणे जितके चुकीचे आहे, सॉमरसेट मॉम, नोएल कॉवर्ड किंवा मिल्ने यांची नाटके वाचल्यानंतर अत्र्यांच्या नाटकांचे नवे वैशिष्ट्य जसे चटकन् ध्यानात येते, तशीच फडक्यांच्या कादंबऱ्यांचीही स्थिती आहे. आबालवृद्धांचे रंजन करणे हे जे ललित वाङ्मयाचे एक मुख्य कार्य, त्यात फडक्यांच्या कादंबऱ्या नेहमी अग्रभागी राहतील.

फडक्यांच्या इतका विविध कलासंस्कार असलेला लेखक मराठीत तरी विरळाच सापडेल. त्यांच्या चित्रकलेच्या प्रेमाने त्यांची वर्णने सूक्ष्म, जिवंत व रेखीव केली आहेत. त्यांच्या गायनकलेच्या आवडीने त्यांच्या भाषेला मोहक नादमाधुर्य आणले आहे. त्यांच्या प्रवासाने महाराष्ट्राबाहेरील कितीतरी स्थळे मराठीत मूर्तिमंत उभी केली आहेत आणि मराठी समाजाबाहेरल्या कितीतरी स्वभावचित्रांना मराठी वाङ्मयाच्या जगात आणून सोडले आहे. 'To savour life as a vast luxury, none the less precious because it is leavened by pain, or because it is finite' हे वर्णन त्यांना आणि त्यांच्या वाङ्मयाला सारखेच लागू पडेल असे वाटते.

वरेरकर, अत्रे, माडखोलकर वगैरे लेखक सध्या ललितवाङ्मयाच्या आघाडीवर फडक्यांच्या बरोबरीने चमकत आहेत. प्रचार, विनोद व जीवनाकडे पाहण्याचा टीकात्मक दृष्टिकोन हे या तिघांचे अत्यन्त आकर्षक विशेष आहेत. पण या तिघांचे वाङ्मय वाचूनही फडक्यांच्या लिखाणाची गोडी काही निराळीच वाटते. यामुळे फडके आज पन्नाशीकडे झुकले असले तरी महाराष्ट्रातला वाचकवर्ग एका तपापूर्वीच्या अपेक्षेनेच त्यांच्याकडे पाहत आहे. 'पहिला पांढरा केस' या आपल्या गुजगोष्टीत त्यांनी तारुण्याचे जे तत्त्वज्ञान सांगितले आहे, ते लेखक या दृष्टीने त्यांच्या अंगी पुरेपूर बाणलेले असल्यामुळे, ही अपेक्षा सफल होण्याला काहीच हरकत नाही. या गुजगोष्टीतला नायक डोक्यावर पांढरा केस दिसताच क्षणभर गोंधळून जातो, वार्धक्याने आपल्या मस्तकावर निशाण रोवले या कल्पनेने त्याचे मन विचलित होते. पण लगेच विचार करून तो म्हणतो, 'जवानी अगर म्हातारपण केसांच्या रंगावर का अवलंबून आहे ? ती एक मनाची व अंत:करणाची अवस्था आहे... मला माझी जवानी कायम ठेवायची असेल तर मला खरी काळजी घेतली पाहिजे ती माझ्या अंत:करणाची ! तरुण पिढीच्या विचारांशी, भावनांशी, महत्त्वाकांक्षेशी, सुखस्वप्नांशी समरस होण्याची माझी हौस आणि ताकद मी कायम ठेवली पाहिजे. नव्या जगात उदय पावणाऱ्या नव्या कल्पनांचे, तत्त्वांचे, आणि सिद्धांतांचे मर्मग्रहण करण्याचे सामर्थ्य माझ्या अंगी सतत राहिले पाहिजे. नव्या सामाजिक अगर राजकीय प्रयोगांची मला भीती वाटण्याऐवजी उत्सुकताच

वाटत राहिली पाहिजे. अशा प्रकारे तरुण जगात मी वृत्तीने मिसळू शकलो, की माझे तारुण्य सतत कायमच राहील. जोपर्यंत तरुण पिढीला माझ्या विचारांनी मी आकर्षित करू शकतो, तोपर्यंत मी तरुणच राहणार. एका इंग्रजी ग्रंथकाराने म्हटले आहे की, 'A man is only as old as the girl, who loves him !' (ज्या मुलीचे प्रेम पुरुष संपादन करू शकतो तिचं जे वय तेच त्या पुरुषाचं वय !) हे जर खरं, तर असेना का तो पांढरा केस माझ्या मस्तकावर !'

'जादूगार' व 'दौलत' या अत्यंत लोकप्रिय कादंबऱ्या आरंभीच लिहिल्यामुळे, फडक्यांना मराठी कादंबरीचे 'जादूगार' म्हणण्याचा जो प्रघात पडला तो अद्यापिही रूढ आहे. पण 'दौलत' हूनही काही दृष्टींनी सरस अशी 'प्रवासी' कादंबरी अवघ्या तीन वर्षांपूर्वी त्यांनी निर्माण केली, हे लक्षात घेता ते आजच्या मराठी कादंबरीचे केवळ जादूगार नाहीत, तर तिचे आशा-स्थानही आहेत ! त्यांनी मनात आणले तर टॉलस्टॉयच्या 'What is art ?' प्रमाणे कलामीमांसा करणारे सुंदर पुस्तक ते मराठीत लिहू शकतील, एथिल मॅनिनच्या 'Confessions and impressions' सारखे पुस्तक त्यांनी लिहिले तर तो मराठीचा एक अपूर्व अलंकार होईल, महाराष्ट्राच्या १९०० ते १९४० मधील महाराष्ट्रीय जीवनाचे चित्रण करणारी एखादी महाकादंबरी लिहिण्याची त्यांना स्फूर्ती झाली, तर गॅल्सवर्दी किंवा पर्ल बक यांच्या तोडीची कादंबरी ते आपल्या मातृभाषेला अर्पण करतील. त्यांच्या अभिमानसूचक मानेच्या हालचालीतून 'माझी मातृभाषा तुमच्याइतकीच संपन्न आहे' असा इतर भाषिकांना उद्देशून निघणारा सार्थ ध्वनी निर्माण झाला तर तो सर्वांना हवाच आहे ! एवढा मातबर लेखक अध्यक्ष म्हणून लाभला हे रत्नागिरीच्या साहित्य-संमेलनाचे भाग्य आहे. उद्या हिंदुस्थानच्या सर्व प्रांतांचे साहित्यसंमेलन भरावयाचे ठरले तरी त्याचे अध्यक्षस्थानसुद्धा अलंकृत करण्याचा अधिकार फडक्यांनी आपल्या कलावंत प्रतिभेला अप्रतिम व्यासंगाची जोड देऊन मिळविलेला आहे.

✿

३
बाळकृष्ण कुडाळकर

अजून तो दिवस आठवतो मला. जवळजवळ एकवीस वर्षे होत आली त्या गोष्टीला. पण आयुष्यातले काही क्षण असे असतात, की त्यांचे ठसे काळपुरुषाच्या प्रचंड पावलांनीसुद्धा पुसले जात नाहीत. त्या दिवशी असाच एक क्षण माझ्या अनुभवाला यायचा होता.

सावंतवाडीच्या आमच्या घरात तेव्हा मी राहत होतो. सकाळी चहा घेतल्यावर अंगणात इकडेतिकडे मोकळेपणाने फिरण्यात मला नेहमीच मोठी मौज वाटे. कोकणातले घराभोवतालचे परडे म्हणजे वन आणि उपवन यांचे रम्य संमेलन असते. ज्याचा बुंधा विळख्यात धरता येणे अशक्य अशा फलपुष्पहीन पण गगनचुंबी वृक्षापासून तो सुसाट्याच्या वाऱ्याने उन्मळून पडणाऱ्या नाजूक वेलीपर्यंत सर्व वनस्पतिसृष्टी त्या लहानशा क्षेत्रात एकत्रित झालेली दिसते. नागचाफ्याचे टपोरे फूल आणि त्याचा मंदमधुर सुगंध, ठिकठिकाणी लटकलेल्या फळांमुळे एखाद्या दीपमाळेप्रमाणे शोभिवंत दिसणारे फणसाचे झाड, प्रात:काळी धरणीवर आपल्या पुष्पांचा अखंड अभिषेक करणारा पारिजात, सुगंध नसूनही सदा हसतमुख राहणारी अबोली, या सर्वांचा प्रत्यक्ष परिचय मला माझ्या घराच्या या परड्यातच झाला. त्यामुळे सकाळी अंगणात शतपावली करताना किंवा परड्यातल्या पाऊलवाटेने भोवतालच्या वृक्षांकडे पाहत रमतगमत फिरताना माझ्या मनात वारंवार एकच विचार येई-बाळपण देशावर गेल्यामुळे कोकणात आपल्याला मित्र मिळतील की नाही कुणाला ठाऊक ! दुर्दैवाने ते मिळाले नाहीत तरी आपल्याला काही विशेष चुकल्याचुकल्यासारखे होणार नाही. जोपर्यंत ही चमत्कृतिपूर्ण वनस्पतीसृष्टी आपल्याशी गुजगोष्टी करीत आहे.

त्यावेळी मी कॉलेज नुकतेच सोडले होते. 'निसर्ग हा माणसाचा सर्वात मोठा मित्र आहे' या वर्ड्स्वर्थच्या कल्पनेचा माझ्या मनावर बसलेला पगडा पूर्णपणे

कायम होता आणि सृष्टीतले कोणतेही सुंदर दृश्य पाहिले की बालकवीप्रमाणे आपणही त्या सौंदर्याला शब्दांनी बांधून ठेवावे अशी विलक्षण हुरहूर माझ्या मनाला लागत होती.

त्यामुळे मला वाटे, कोकणातल्या सृष्टीत मनुष्याच्या मनाला वेड लावण्याचे जे सामर्थ्य आहे ते काही तिथल्या माणसांत असणे शक्य नाही.

पण-ज्या दिवसाचा मी वर उल्लेख केला आहे त्यादिवशी माझ्या या कल्पनेला एक विलक्षण धक्का मिळाला !

हा धक्का एखाद्या स्त्रीने दिला नाही, तर पुरुषाने. आणि तो पुरुष तरी कसला ? तर पंगू होऊन अंथरुणाला खिळलेला ! त्या पंगू शरीरातला आत्मा कोकणातल्या निसर्गापेक्षाही सुंदर होता.

त्यादिवशी सकाळी मी माझ्या सवयीप्रमाणे अंगणात फिरत होतो. तुळशीवृंदावनाच्या पलीकडून एक उंच, गोरी बाई आमच्या सोप्याच्या पायऱ्या चढत असलेली मला दिसली. 'काकीकडे कुणीतरी बाई आली असेल' असे मनात म्हणत मी विचारात दंग होऊन गेलो.

दोनतीन मिनिटांत काकी बाहेर आली तिच्याबरोबर ती बाई होतीच. मला हाक मारून काकी म्हणाली, 'बाळकृष्णाचं पत्र घेऊन त्याची आई आली आहे बघ !'

बाळकृष्ण ? कोण आहे हा ?

मी कुतूहलाने ते पत्र घेऊन खालची सही वाचली-बाळकृष्ण कुडाळकर !

सही वाचता वाचता माझ्या मनात आले- पत्रातले अक्षर कसे मोत्याच्या दाण्यासारखे आहे. विरोधभक्ती हा मनुष्याच्या मनाचा एक आवश्यक भाग आहे की काय कुणाला ठाऊक ! पण माझ्या अक्षराचा सराफच्या दुकानापेक्षा पोल्ट्रीफार्मशीच अधिक संबंध असल्यामुळे सुंदर अक्षराच्या मनुष्याबद्दल मला नेहमीच कौतुक वाटते !

पत्र सात-आठ ओळींचेच होते. त्यात वाचण्याकरिता दोनतीन पुस्तकांची मागणी केली होती आणि अगदी अस्फुट रीतीने माझ्या भेटीची अपेक्षा व्यक्त केली होती.

कपाटातली पुस्तके काढता काढता काकीकडून बाळकृष्णाविषयी जी त्रोटक माहिती मिळाली तिच्यावरून तो बरेच दिवस आजारी होता, त्याचे वडील सुंदर रंगीत सामान करण्याबद्दल सावंतवाडीत प्रसिद्ध असले तरी ते अकाली वारल्यामुळे या कुटुंबाच्या वाट्याला फारसे सुखाचे दिवस आले नव्हते, इत्यादी गोष्टी मला कळल्या. बाळकृष्णाला शाळेतले शिक्षण फारसे मिळाले नव्हते व तो कित्येक वर्षे अगदी अंथरुणाला खिळलेला आहे असेही काकीच्या बोलण्यात आले.

लगेच इंग्रजी पुस्तकांवरून मराठी पुस्तकांकडे मी माझा हात वळविला आणि 'उष:काल' व आणखी एकदोन कादंबऱ्या काढून त्या बाळकृष्णाच्या आईकडे दिल्या.

ती निघून गेल्यावर मी पुन्हा बाळकृष्णाचे ते सुंदर अक्षराचे पत्र वाचले. दिव्याची रोषणाई किंवा तुळशीपुढे काढलेली रांगोळी पाहून मनामध्ये जो प्रसन्नपणा निर्माण होतो तो त्या शब्दांकडे पाहता पाहता मला लाभला.

पुष्कळ दिवस आजारी असलेल्या मनुष्याचे ते अक्षर आहे असे काही केल्या मला वाटेनाच. आजारी मनुष्याचा स्वभाव जसा चिडचिडा होतो, तसे त्याचे अक्षर गिचमिड असलेच पाहिजे असा जणू काही मी माझ्या मनाशी सिद्धांतच बांधला होता !

मी ते पत्र बाजूला ठेवतो न ठेवतो तोच बाळकृष्णाची आई परत आली. मी दिलेली सर्व पुस्तके तिच्या हातात दिसत होती. पुस्तके ओटीवर ठेवून ती म्हणाली, "दुसरी मागितली आहेत त्यानं !"

"ही फार चांगली आहेत."

"त्यानं वाचली आहेत ही सारी !"

वर्षानुवर्षे आजारी असलेल्या आणि विशेष शिक्षण न लाभलेल्या मनुष्याने या साऱ्या कादंबऱ्या वाचल्या असाव्यात याचे मला आश्चर्य वाटल्यावाचून राहिले नाही. कारण माझ्या भोवतालच्या लोकांत-अगदी सुशिक्षितांसुद्धा-या पुस्तकांची नावांपलीकडे माहिती असणारी फारच थोडी मंडळी मला सावंतवाडीत दिसली होती.

मी दुसरी दोनतीन पुस्तके आणि त्यांच्याबरोबरच 'संध्याकाळी भेटायला येतो' असा निरोप बाळकृष्णाच्या आईकडे दिला.

आजारी मनुष्याला भेटायला जायचे म्हणजे त्याच्या समाधानाकरिता खूपसे गोडगोड बोलायचे अशी माझी कल्पना होती. पण बाळकृष्णाच्या आईच्या मागून मी त्या दिवशी संध्याकाळी त्याच्या खोलीत प्रवेश केला मात्र-माझ्या मनाने योजून ठेवलेले सर्व सांत्वनाचे शब्द कुठल्याकुठे पळून गेले!!

माझ्यासमोर एक साधी आजारी व्यक्ती नव्हती. जिच्यापुढे मृत्यूचे दार उघडे झाले आहे, त्या दाराकडे टक लावून पाहत राहिल्यामुळे जिच्या दृष्टीत विचित्र उदासीनपणा आला आहे, अशी एक कृश व्यक्ती एका बैठ्या खाटेवर पडली होती. वर करून घेतलेल्या पायांच्या जुडीचा आधार असलेली एक लाकडी चौकट त्याच्या पोटावर होती, त्या चौकटीत एक पुस्तक होते ! त्या पुस्तकाचे पान परतविण्याइतकीसुद्धा शक्ती त्या व्यक्तीच्या उजव्या हातात दिसत नव्हती. अगदी लुळा झाला होता तो ! पण पुस्तकावर खिळलेली आपली दृष्टी वळवून

त्या व्यक्तीने माझ्याकडे पाहिले मात्र-शेवाळे दूर होऊन आतले पाणी चमकू लागावे तशी ती दृष्टी वाटली मला.

या पहिल्या भेटीत बाळकृष्णाच्या विलक्षण आजाराविषयी मी त्याला विशेष काही विचारू शकलो नाही. अशा वेळी संकोची स्वभावाच्या माणसाची स्थिती लाजाळूच्या झाडासारखी होते ! पण आश्चर्याची गोष्ट ही की जिथे चार दिवस आजारी असलेला मनुष्य समाचाराला आलेल्या गृहस्थाला आपल्या आजाराच्या रडगाण्याने सतावून सोडतो, तिथे वर्षानुवर्षे अंथरुणाला खिळलेल्या बाळकृष्णाने आपल्या दुर्दैवाचा माझ्यापाशी नुसता ओझरता उल्लेख केला. आम्ही खूप वेळ बोलत होतो, पण आमच्या संभाषणाचा बहुतेक भाग साहित्य, सामाजिक सुधारणा, राजकीय चळवळ इत्यादी गोष्टींनीच व्यापला होता. त्या दिवशी मी घरी परत आलो तो एका रुग्ण मनुष्याला खोट्या समाधानाचा किरण दाखवून नाही तर त्याच्यापासून एक खराखुरा प्रकाशकिरण घेऊन. त्या रात्री मला किती तरी वेळ झोप आली नाही. मन राहून राहून बाळकृष्णाचाच विचार करीत होते. त्याचे ते मोत्यासारखे अक्षर-डाव्या हाताच्या ज्या दोन बोटांना चलनवलनाची शक्ती उरली होती त्यात कशीबशी पेन्सिल धरून तो हे लेखन करीत असे. मोठमोठ्या डॉक्टरांच्या वैद्यकीय ज्ञानालाही दाद न देणाऱ्या भीषण प्रकारच्या संधिवाताने त्याच्या शरीराचा ताबा घेतला होता. पण शत्रूने एखादा देश पादाक्रांत केला तरी तिथल्या लोकांच्या मनातली देशभक्तीची ज्योत काही मालवली जात नाही. बाळकृष्णाच्या बाबतीतही असेच झाले होते. तीनचार महिन्यांच्या मुलापेक्षाही त्याचे शरीर अधिक असहाय होऊन बसले होते. पण त्याचे मन, त्या मनाची चळवळ, त्या मनाच्या हालचाली, त्या मनाची उड्डाणे, त्या मनाचा सामाजिक जिवंतपणा आणि त्या मनाचा दुर्दम्य आशावाद- सारेच काही विलक्षण होते. त्या लुळ्यापांगळ्या शरीराशी त्याच्या मनाचा जणू मुळी संबंधच नव्हता. पांगळ्या अरुणाला सूर्यनारायणाचा सारथी करणाऱ्या पौराणिक कवींच्या कल्पनाविलासातली रम्यता बाळकृष्णाच्या तेजस्वी मनाच्या भराऱ्या पाहिल्यावरच माझ्या लक्षात आली.

Stone walls do not a prison make,
Nor iron bars a cage.

ही उज्ज्वल उक्ती सार्थ करून दाखविणाऱ्या अनेक देशभक्तांची चरित्रे मी लहानपणी आदराने वाचली होती. पण बाळकृष्णाला ज्या तुरुंगात खितपत पडावे लागले होते तो त्याच्या स्वत:च्या शरीराचाच होता ! पळापळाने आणि तिळातिळाने झिजणाऱ्या आपल्या दुबळ्या शरीराकडे पाहून एखाद्याला वेड लागले असते, एखाद्याने आत्महत्त्या केली असती, (बाळकृष्णानेही तसा प्रयत्न एकदा करून

पाहिला होता) आणि अनेकांनी चिडून, कंटाळून, संतापून आपल्या भोवतालच्या लोकांचे जीवन अगदी असह्य करून टाकले असते. पण बाळकृष्ण खरा लढवय्या होता. शरपंजरी पडल्यावरही त्याच्या मुद्रेवरले स्मित जसे मावळले नाही तशी त्याच्या मनाची ज्ञानपिपासा कमी झाली नाही किंवा सामाजिक जीवनाविषयीचा त्याचा आपलेपणा आणि त्याच्या प्रगतीविषयीचा त्याचा आशावाद लवमात्र लोप पावला नाही.

आमची ओळख झाल्यानंतर लवकरच मी शिरोड्याला शाळेच्या कामासाठी गेलो. पण सावंतवाडीला एखाद्या दिवसाच्या सवडीने आलो तरी वेळात वेळ काढून मी बाळकृष्णाला भेटत असे. खाटेवर पडलेल्या त्या चिररुग्ण शरीराकडे पाहून मनाला जो विषाद उत्पन्न होई तो त्या शरीरातल्या आत्म्याचे चिरयौवन पाहून हां हां म्हणता नाहीसा होई. लहानपणी माझ्या वडिलांच्याबरोबर चाललेली कै. देवल आणि कै. डॉ. देव यांची संभाषणे मी ऐकली आहेत. कॉलेजमध्ये गेल्यावर गडकऱ्यांच्या सहवासाचा आनंद मला वर्ष दीड वर्ष मिळाला आहे. पुढे कोल्हटकर-केळकरांसारख्या श्रेष्ठ साहित्यिकांपासून आजच्या प्रमुख साहित्यिकापर्यंत बहुतेक सर्वांशी बोलण्याची संधी मला लाभली आहे. या विविध बैठकीतली अनेक मंडळी संभाषणचतुर होती व आहेत. पण त्यांचे बुद्धिचातुर्य लक्षात घेऊनही माझे मन अजून म्हणते- बाळकृष्ण कुडाळकराशी बोलताना आपल्याला ज्या आनंदाचा लाभ झाला तो काही निराळाच होता. त्याच्या बोलण्यात विलक्षण आर्तता असे. असहकारितेच्या चळवळीपासून शिरोड्याच्या मीठलुटीच्या प्रसंगापर्यंत राजकारणातली सर्व आंदोलने आम्ही दोघांनी मोठ्या आवेशाने चर्चिली आहेत. 'गीतारहस्य' आणि 'नीतिशास्त्रप्रवेशा'सारखे साहित्यातले सिंहगड चढण्याची शक्ती या पंगू मनुष्यात कुठून आली असावी असे आश्चर्य करण्याइतके त्याचे वाचन व्यापक, मार्मिक व स्वतंत्र बुद्धीचे असे. त्याची रसिकता तर अवर्णनीय होती. दुर्दैवाने त्याचे हात निकामी केले नसते तर त्याने सुंदर चित्रे निर्माण केली असती यात काही शंका नाही. वर्षानुवर्षे खाटेवर पडून, कुशीवरसुद्धा वळणे अशक्य अशा स्थितीत पडून राहून तो ज्या उल्हासाने नव्या कवितांची चर्चा करी, ज्या उत्साहाने राजकारणातल्या नवीन चळवळींची चिकित्सा करी आणि ज्या उद्वेगाने समाजातल्या दुष्ट रूढी, राजकारणांतले पळपुटे लोक आणि हरतऱ्हेचे सामाजिक गुन्हेगार यांची चिरफाड करी, त्यातली उत्कटता खासगी संभाषणात मला अन्यत्र क्वचितच पाहायला मिळाली आहे.

एका तपापेक्षाही अधिक काळ मृत्यूशी हसतमुखाने लढत आणि मानवी मनाच्या सामर्थ्याची त्याला साक्ष पटवीत बाळकृष्णाने काढला. त्याच्या मृत्यनंतर त्याच्या घरावरून मी प्रथमच जाऊ लागलो तेव्हा माझी पावले नकळत घोटाळू

लागली. क्षणभर रस्त्यावर उभे राहून मी त्याच्या त्या रिकाम्या खोलीकडे पाहिले. कालवालुकेवर ज्यांची पावले उमटतात अशा मोठ्या माणसांत इतिहास जरी या व्यक्तीची गणना करणार नाही तरी माझ्यासारख्याच्या आयुष्यात तिला अढळ स्थान आहे असे मला वाटले. रामायणात सीतेइतके उर्मिलेला महत्त्व नाही किंवा हनुमंताचे मोठेपण जटायूला लाभले नाही हे खरे असले तरी उर्मिला आणि जटायू यांच्या त्यागवृत्तीची आणि मानसिक सामर्थ्याची मनातल्या मनात कोण पूजा करत नाही ?

माझा मित्र बाळकृष्ण अशिक्षित होता, एक अज्ञात, पंगू, रुग्ण मनुष्य होता हे खरे; पण देहाने सुदृढ असलेल्या शेकडो सुशिक्षितांमध्ये एखाद्याचेच मन त्याच्याइतके निकोप, लढाऊ, आशावादी आणि सामाजिक जीवनाशी समरस होणारे असेल !

❀

४
आमचे गजाननराव

कुठल्यातरी एका बादशहापेक्षा मी फार फार सुखी आहे यात शंका नाही. त्या बादशहाला आपल्या आयुष्यातील सुखाच्या दिवसांची नोंद करून ठेवण्याचा नाद होता. अशा रीतीने साठवलेली आपली सुखाची पुंजी पाहण्याचा त्याने म्हातारपणी प्रयत्न केला. आणि-अरे बापरे ! सारा जन्म राजविलासांत घालविणाऱ्या त्या बादशहाला असे आढळून आले की आपल्या आयुष्यात सुखाचे अवघे चवदाच दिवस येऊन गेले.

त्या बादशहाची कीव येते मला. अजून दीड महिना शिल्लक असलेल्या या १९४० सालातच मी चवदाच्या तिप्पटचौपट सुखाचे दिवस पाहिले आहेत ! मात्र या सर्व सुखी दिवसांचे श्रेय माझ्या स्वभावाच्या गोडपणाला अथवा मी अंगवळणी पाडून घेतलेल्या एखाद्या सुंदर तत्त्वज्ञानाला आहे असे नाही. वडील माणसे, पत्नी, मुले, आप्तइष्ट, सृष्टिसौंदर्य, प्रामाणिक किंवा प्रतिभावंत लेखकांचे लेखन, इत्यादिकांनी जसे मला अनंत हस्तांनी सुख दिले आहे, तशीच माझ्या स्नेह्यांनीही माझ्या सुखभांडारात मोलाची भर टाकली आहे. हिशेबच द्यायचा झाला तर मी म्हणेन- यंदाच्या माझ्या सुखी दिवसांपैकी पाच दिवसांवर एकट्या गजाननराव माडखोलकरांचा हक्क आहे. ते कोल्हापूरला माझ्याकडे आले तेव्हाचे दोन दिवस आणि शारदोपासक संमेलनाकरिता ते पुण्याला आले होते तेव्हाचे तीन दिवस. या दिवसांतला प्रत्येक दिवस हां हां म्हणता संपे. पण आमच्या गोष्टी मात्र केव्हाच संपल्या नाहीत.

गजाननरावांना उतरवून घेण्याकरिता कोल्हापूरच्या स्टेशनावर मी सहकुटुंब सहपरिवार जेव्हा गेलो तेव्हा राहून राहून मला एका विचित्र गोष्टीची आठवण होत होती-

एकवीस वर्षे झाली त्या चमत्काराला ! 'नवयुग' मासिकात 'ग. त्र्यं.

माडखोलकर !' या किंचित् कठोर वाटणाऱ्या नावाखाली 'केशवसुतांचा संप्रदाय' या नावाचा एक टीकात्मक लेख प्रसिद्ध झाला. त्या लेखातली गडकऱ्यांच्याविषयीची प्रतिकूल विधाने वाचून मी 'तुतारीवाङ्मय व दसरा' या नावाखाली माडखोलकरांच्यावर टीका केली. ही टीका करताना मी मनात म्हणत होतो-'लेखात जाडे जाडे संस्कृत शब्द घालून आधुनिक कवींवर टीका करणारा हा कुणीतरी म्हातारा लेखक असला पाहिजे. माझी टीका वाचून हे बुद्धेबुवा खूप रागावतील. रागावेनात ! आपल्याला काय करायचंय् त्यांच्याशी ?'

पण माझे हे सर्व अंदाज चुकले. माडखोलकरांच्या संस्कृतप्रचुर भाषेने व लिहिण्याच्या चिपळूणकरी थाटाने मी फसलो होतो. 'नवयुग' चे संपादक कै. कुलकर्णी यांनी माडखोलकर माझ्याहूनही दोन पावसाळे कमी पाहिलेले अगदी तरुण लेखक आहेत हे जेव्हा मला कळविले तेव्हा मी सर्दच झालो ! पण ही सर्दी एवढ्यावरच थांबली नाही. माझी टीका वाचून माडखोलकरांनी मला पत्र पाठवून त्यात स्नेहभावाची अपेक्षा व्यक्त केली तेव्हा तर या सर्दीलाही सर्दी झाली. वाळवंटात एकमेकांशी कुस्ती खेळणारी लहान पोरे पुढे एकाच तालमीचे पहिलवान म्हणून लोकांपुढे येतात ! आमच्या वाङ्मयीन जीवनाचा प्रकार थोडासा असाच झाला.

त्या दिवशी स्टेशनात गाडी येईपर्यंत एकवीस वर्षांपूर्वीच्या या साध्या स्नेहांकुराचे केवढ्या सुंदर वृक्षात रूपांतर झाले आहे याचे चित्र डोळ्यांपुढे उभे राहून माझे मलाच आश्चर्य वाटले. तसे पाहिले तर गजाननरावांच्यात नि माझ्यात वाईट अक्षर आणि अतिरिक्त बोलकेपणा या दोनच गोष्टींत फार साम्य आहे. त्यांचे विशीनंतरचे संस्कारी आयुष्य नागपूरसारख्या शहरात आणि वर्तमानपत्रासारख्या एका प्रांताच्या चावडीत गेले. उलट माझा हाच काळ शिरोड्यासारख्या खेड्यात आणि शाळेसारख्या कुणाची फारशी वर्दळ नसलेल्या छोट्या देवळात गेला. आमच्या दोघांच्या स्वभावाच्या काही पैलूंत साम्य असले तरी काहीत विरोधही आहे. आणि आयुष्याला वळण लावणाऱ्या दोघांच्या संस्कारात तर दोन ध्रुवांइतके अंतर आहे. पण असे असूनही गजाननरावांची मैत्री हा माझ्या आयुष्यातला एक उज्ज्वल किरण आहे. इतर ग्रहांपेक्षा सूर्य पृथ्वीपासून दूर असला तरी तोच तिला प्रकाश देत असतो. काही मित्रही तसेच असतात. नाही का ?

स्टेशनात येणाऱ्या गाडीने माझे हे विचारचक्र थांबवले. आम्ही धांदलीने डबे पाहत जात होतो. गजाननराव गाडी थांबेपर्यंत डब्यात स्वस्थ बसून राहतील हे शक्यच नव्हते. म्हणून आम्ही शेवटच्या डब्यापर्यंत घाईघाईने गेलो. स्वारी आलीच नाही की काय ही शंका आमच्या मनात येते न येते तोच मला हाक ऐकू आली 'भाऊसाहेब.'

मी वळून पाहिले. १९२६ साली भारत-इतिहास-संशोधक-मंडळाच्या दारात गजाननरावांना मी प्रथम पाहिले तेव्हा चटकन् माझ्या मनात जी कल्पना येऊन

गेली होती तीच यावेळीही आली. त्यांचे ते भव्य कपाळ आणि तीव्र नजर. ढाल आणि भाल्याचे टोक ! ही मूर्ती कुठल्याही क्षेत्रात शिरली तरी लढतच राहिली असती !

काही काही माणसांचे स्वभाववैशिष्ट्य त्यांच्या नजरेमधून उत्कटत्वाने प्रगट होते. तात्यासाहेब कोल्हटकर, गडकरी, शंकरराव किर्लोस्कर, बाबूराव पेंढारकर इत्यादिकांशी निकट परिचय असलेल्या माणसांच्या लक्षात ही गोष्ट सहज आली असेल. गजाननरावांची नजरही अशीच आहे. सभेत बोलताना इन्स्पेक्टरपुढे वाचन करणाऱ्या मुलाप्रमाणे तिच्यात विलक्षण संकोच उत्पन्न होत असला तरी खासगी बैठकीत- मग ती साहित्यिकांची असो वा स्त्रियांची असो- त्या बैठकीत एखाद्या पुस्तकाची चर्चा चाललेली असो अथवा एखाद्या व्यक्तीची चिकित्सा चाललेली असो- त्यांच्या नजरेतला खोचकपणा त्यांच्याकडे पाहणाराला जाणवल्यावाचून राहत नाही. एखाद्या शास्त्रज्ञाने सूक्ष्मदर्शक यंत्राने एखादे रसायन न्याहाळावे, त्याप्रमाणे ते माणसाच्या मनात- अगदी मनाच्या तळात काय चालले आहे ते पाहण्याचा प्रयत्न करताहेत असे नेहमी वाटते. ते संभाषणात रंगून जातात, पण वाहून मात्र जात नाहीत. त्यांच्यातला टीकाकार नेहमी जागा असतो हेच याचे कारण. लेखनक्षेत्रातल्या त्यांच्या प्रभावी व्यक्तिमत्त्वाचा तोच आत्मा आहे.

कोल्हापूरच्या अवघ्या दोन दिवसांच्या त्यांच्या मुक्कामातल्या या दोनतीन साध्या आठवणीच पहा ना !

बाबुराव पेंटरना भेटण्याकरिता आम्ही गेलो. आमच्याबरोबर इथले साहित्यप्रेमी सराफ श्री. गोविंदराव उपळेकर होते. त्यांनी माडखोलकरांचा पेंटरांशी परिचय करून दिला. लगेच गजाननरावांनी चित्रचिकित्सा सुरू केली. 'निष्कलंक'- वरल्या युरोपियन तरुणीचे सुंदर चित्र आपण कसे काढले असा त्यांनी बाबुरावांना प्रश्न केला. त्या चित्राचे मूळ दुसऱ्या एका इंग्रजी चित्रात आहे हे कळले तेव्हा मग मात्र गजाननरावांनी पुढे प्रश्न केला नाही !

त्याच दिवशीची दुसरी गोष्ट. आम्ही सर्व मंडळी रात्री उपळेकरांच्या घरी जेवत होतो. गजाननरावांनी सौ. लीलाबाई उपळेकरांना प्रश्न केला, 'सध्याच्या मराठी कादंबरीकारांपैकी कुणाच्या कादंबऱ्या तुम्हाला आवडतात ?' लीलाबाई किंचित् गोंधळल्या. त्यांच्यापुढे दोन कादंबरीकार बसले होते. आपण एकाचे नाव घेतले नि दुसऱ्याला वाईट वाटले तर ? असा काहीतरी विचार त्यांच्या मनात घोळत असावा ! त्या स्तब्ध बसलेल्या पाहून गजाननराव उद्गारले, 'खांडेकरांच्याच कादंबऱ्या तुम्हाला अधिक आवडतात ! होय ना ? बायकांना रडायची हौसच असते ! तेव्हा-'

दुसरे दिवशी सकाळी आमच्याकडे विनायकराव कर्नाटकी, पांडुरंगराव नाईक, डॉ. पाध्ये वगैरे माझी स्नेही मंडळी आली होती. कशावरून तरी 'पुकार' ची गोष्ट निघाली. लगेच गजाननरावांच्यातला टीकाकार जागृत झाला. त्या दिवशी विनायकरावांना

वेळ नव्हता म्हणून ! नाहीतर संभाषण मोठ्या रंगात येऊन एक टीकाकार आणि एक दिग्दर्शक यांचा मनोरंजक वादविवाद आम्हांला ऐकायला मिळाला असता.

आज गजाननराव लोकप्रिय आहेत ते काही केवळ वाङ्मयाचे टीकाकार म्हणून नाही. कथालेखक व त्याहीपेक्षा कादंबरीकार म्हणून आज महाराष्ट्रातला रसिक वाचकवर्ग सादर कौतुकाने त्यांच्याकडे पाहत आहे. पण त्यांची सहावी कादंबरी नुक्तीच बाहेर पडली असूनही मला असे म्हणावेसे वाटते- त्यांचे कादंबरी-लेखन हे त्यांच्यातल्या सर्वस्पर्शी टीकाशक्तीचेच अधिक विकसित व अधिक आकर्षक असे रूप आहे. कोल्हटकरांच्या 'सुदाम्याच्या पोह्यातल्या' अनेक विनोदी लेखांना ज्याप्रमाणे समाजसुधारणेच्या तीव्र तळमळीने जन्म दिला, त्याप्रमाणे आपले आजचे दोषपूर्ण राजकीय आणि सामाजिक जीवन पाहून माडखोलकरांच्या टीकाबुद्धीला जे स्फुरण येते, त्याच्यातूनच त्यांच्या कादंबरी लेखनाचा जन्म झाला आहे. इतर कादंबरीकारांप्रमाणे चमत्कृतीतून, कल्पकतेतून अगर भावनाविलासातून नाही.

याचा अर्थ माडखोलकरांच्यामध्ये कथालेखकाची निर्माण-शक्ती (Creative power) नाही असा मात्र मुळीच नाही. त्यांच्यात जशी कवीची कल्पकता आहे, तशी कथालेखकाची चित्रणचातुरीही आहे. पण कल्पकता असूनही ते फार दिवस कवी राहू शकले नाहीत याचे कारण त्या कल्पकतेला उत्कट व विविध भावनाविलासाची जोड मिळालेली नव्हती. त्यांच्या कादंबऱ्यांतल्या सृष्टिवर्णनात ती कल्पकता अजूनही दिसून येते. पण या सृष्टीवर्णनात अनेकदा सुंदर गद्यकाव्य असूनही ती कादंबरीत नेहमी रसपरिपोषक होतातच असे नाही. कल्पकतेप्रमाणेच त्यांच्या कथनकलेला व चित्रणचातुरीलाही मर्यादा पडलेल्या आहेत. त्यांच्या दृष्टिपथात आलेल्या हरतऱ्हेच्या माणसांचे व घटनेचे शब्दचित्र ते सुंदर रीतीने रेखाटू शकतात. कधी कधी एखाद्या मोहक पुतळ्याइतके त्यांचे शब्दचित्र आकर्षक वाटते. पण अशा अनेक सरस शब्दचित्रांच्या मालिकेला काही आपण उत्कृष्ट कादंबरी म्हणत नाही. त्यांची नुकतीच प्रसिद्ध झालेली 'मुखवटे' ही राजकीय कादंबरी पहावी. या कादंबरीच्या कथेत तीन स्पष्ट प्रवाह आहेत. पहिला मुख्य प्रधान होऊन स्वतंत्र वृत्तीने वागणाऱ्या प्रियदर्शनाचा, दुसरा मोहन व रोज यांच्या प्रेमकथेचा आणि तिसरा कामगार पुढारी विठोबा याच्या गृहजीवनाचा. सुंदर गोष्ट सांगण्याचा संकल्प करणाऱ्या कथालेखकाने या प्रवाहांच्या त्रिवेणी संगमातून अनेक चटकदार प्रसंग निर्माण केले असते. पण माडखोलकरांनी मात्र हे प्रवाह अगदी जरुरीपुरतेच एकमेकांच्या जवळ आणलेले आहेत.

आणि म्हणूनच कादंबरीकार या दृष्टीने हरिभाऊ आपटे अथवा फडके यांच्यापेक्षा प्रो. वा. म. जोशी व डॉ. केतकर यांनाच ते जवळचे आहेत.

केतकरांना साध्य नसलेल्या भाषाविलासादी अनेक वाङ्‌यगुणांनी माडखोलकरांच्या कादंबऱ्या मोहक झाल्या आहेत. पण प्रो. वा. म. जोशी यांच्या सर्व कादंबऱ्यातले सर्व वाङ्मयगुण जमेला धरूनही तत्त्वज्ञानी कादंबरीकार हेच विशेषण जसे त्यांना द्यावेसे वाटते, त्याप्रमाणे मराठी भाषेचा इतिहासकार माडखोलकरांचा 'टीकात्मक कादंबरीकार' म्हणूनच गौरव करील.

गजाननरावांनी आपल्या साहित्य-संसाराला वाङ्मयीन टीकेने सुरवात केली असली तरी आज ते जीवनाचे टीकाकार म्हणून समाजाला अधिक प्रिय झाले आहेत. त्यांच्या या दोन्ही भूमिकांची आजच्या मराठी वाङ्मयाला फार फार जरुरी आहे. १९२० नंतर उदय पावलेल्या लेखकांत त्यांच्या तोडीचा एकही टीकाकार झालेला नाही. टीकाकाराला लागणारा चिकित्सकपणा व निर्भय वृत्ती या दोन्हींचा त्यांच्या ठिकाणी सुंदर संगम झाला असल्यामुळे त्यांच्या भाषेत सौंदर्याइतकेच सामर्थ्य आले आहे- आणि त्यांच्या विचारात व्यापकपणाइतकीच प्रगतीची धडाडी आहे. चिपळूणकर, आगरकर, परांजपे आणि सावरकर यांच्या लेखनातला अभिजात मोहकपणा आणि उत्कट आवेश आजच्या मराठी साहित्यात पाहायचा असेल तर त्याला माडखोलकरांच्या वाङ्मयाकडे वळले पाहिजे-टीकाकाराचे व्यक्तित्त्व किती विकासशील असते हे दाखविणाऱ्या गजाननरावांच्याशीच कोणत्याही विषयावर चार घटका चर्चा केली पाहिजे.

गेल्या मे महिन्यातलीच गोष्ट ! 'Penguin series' मधली जम्स हिल्टनची एक कादंबरी मी विकत घेतली. हिल्टनच्या तीनचार कादंबऱ्या वाचलेल्या असल्यामुळे स्वस्तात मिळणारी हीही कादंबरी वाचून टाकावी एवढाच ती घेण्यात माझा हेतू होता. 'We are not alone' सारख्या भावकथेचा शेवट त्याने ज्या कृत्रिम नाट्याने केला आहे, त्याची जाणीव मला नव्हती असे नाही. पण माझ्या हातात हिल्टनचे पुस्तक पाहताच गजाननराव म्हणाले, 'भाऊसाहेब, तुम्हाला काही दुसरा उद्योग नाही वाटतं ? या हिल्टनमध्ये आहे काय ? प्रत्येक कादंबरीत एक डॉक्टर, एक खून, एक अगदी निष्कलंक प्रेमरहस्य-'

गजाननरावांची ही चिकित्सा अत्यंत कठोर असली तरी ती निराधार नाही हे हिल्टनच्या कादंबऱ्या वाचलेला कुणीही रसिक कबूल करील.

आणि म्हणूनच मला म्हणावेसे वाटते, गजाननरावांनी प्रेमळ पती, जिवलग मित्र, रसाळ कथालेखक, कुशल संपादक इत्यादी अनेक भूमिका यशस्वी रीतीने पार पाडल्या असल्या तरी ज्या शक्तीने त्यांचे लेखन इतके प्रभावी आणि परिणामकारक केले आहे, आणि जिने आजच्या मराठी वाङ्मयाच्या प्रमुख नेत्यांत त्यांना मानाचे स्थान मिळवून दिले आहे, ती शक्ती टीकाकाराची आहे.

✿

५
आई

'एकेका शब्दात भावना हलवून सोडण्याचे विलक्षण सामर्थ्य असतं !' असे त्या दिवशी मी आमच्या मित्रमंडळाच्या बैठकीत सहज बोलून गेलो. पण मित्राइतका वाईट शत्रू जगात कुणीच नसतो या उक्तीचा मला प्रत्यय यायचा होता. माझे हे शब्द ऐकताच सारे मित्रमंडळ माझ्यावर तुटून पडले. 'इश्श,' 'अय्या,' 'गडे,' वगैरे शब्दांत कोणकोणत्या भावना हलविण्याचे सामर्थ्य आहे याचे संशोधन सर्वांनी सुरू केले.

त्यांची तोंडे बंद करण्याकरता मी म्हणालो, 'माझ्या विधानाचा पुरावा म्हणून एक गोष्ट सांगतो तुम्हाला ! मग तर झालं ?'

'गोष्ट काय, हवी तशी रचून सांगता येते !' कुणीतरी मल्लिनाथी केली.

'ही गोष्ट घडलेली आहे. घडविलेली नाही !' मी थोड्या आवेशाने उद्‌गारलो.

'या गोष्टीचं नाव ?'

'आई'

सर्वजण माझ्याकडे आश्चर्याने पाहू लागले. कारण जनक आईच्या प्रेमाचा माझा अनुभव फारसा अनुकूल नाही हे त्यांना ठाऊक होते. सर्व स्तब्ध झाले. मी सांगू लागलो-

१९१६ च्या मे महिन्यातली पहाट होती ती. सावंतवाडीहून सात आठ मैलांवर असलेल्या नानेली या माझ्या खेडेगावी मला जायचे होते. मात्र माझे हे गाव उभ्या जन्मात मी पाहिले नव्हते ! पाहणार तरी कसे ? १९१६ च्या जानेवारीत माझ्या चुलत्यानी मला दत्तक घेतले. दत्तकविधान सावंतवाडीलाच झाले. कॉलेजात परत जायची घाई असल्यामुळे मी सावंतवाडीहून सांगलीला नि तिथून पुण्याला परत आलो. त्यामुळे माझे दत्तक वडील नि आई ज्या खेडेगावी राहत असत, ते पाहण्याचा योग काही त्यावेळी आला नाही मला !

मे महिन्याच्या सुट्टीत मी कोकणात गेलो. पहिले थोडे दिवस सावंतवाडीच्या घरातच राहिलो. नानेलीला जायला मी नाखूष होतो असे नाही. पण पुन्हा पुन्हा मनात येई- त्या एवढ्याशी खेडेगावात दररोज वर्तमानपत्र कुठून वाचायला मिळणार ? नि चांगली दाढी करून घ्यावी म्हटले तर- मिठाच्या खाणीत कधी साखर सापडली आहे का ? खेडेगावात चांगला न्हावीही तितकाच दुर्मिळ !

आमच्या घरी वारंवार जाणाऱ्या येणाऱ्या एका भिक्षुकाने नानेलीच्या न्हाव्याचे जे वर्णन केले त्याने तर माझा उरला सुरला उत्साह पार मावळला. तो म्हणाला- 'तिथल्या न्हाव्यापाशी दोन वस्तरे आहेत. एकाचं नाव चंद्रकांत नि दुसऱ्याचं नाव गंगाजळ, पहिला दगडाला लावला तर त्यालासुद्धा पाझर फुटतो नि दुसरा माणसाच्या गालाला लागला की, त्याच्या डोळ्यांतून गंगायमुना वाहू लागतात.'

साप, भुते वगैरेंच्या गोष्टी वारंवार सांगण्याच्या सवयीमुळे कोकणी माणसांच्या बोलण्यात अतिशयोक्तीचा बराच भाग असतो याचा त्या भिक्षुकाचे भाषण ऐकताना मला विसर पडला नव्हता. पण नानेलीला आपल्या परड्यात उंच उंच माड असतील, अनेक माणसे लीलेने अंगावर घेणाऱ्या सर्कशीतल्या मनुष्याप्रमाणे फणसांनी लगडलेली झाडे असतील, उलट टांगलेल्या आकाशदिव्याप्रमाणे भासणारी जास्वंदीची फुले असतील, इत्यादी कल्पना करीत असतानाही माझे मन नानेलीला जाण्याविषयी विशेष उत्सुक नव्हते.

माझ्या या विचित्र वागणुकीचे कोडे मी नानेलीला जाण्याकरिता सावंतवाडीच्या घराबाहेर पडलो तेव्हा कुठे मला उलगडले.

पहाटेच्या प्रसन्नवेळी प्रवास करणे त्यावेळी मोठे मौजेचे असे. मोटारी नसल्यामुळे मधेच चार-चार पाच-पाच बैलगाड्यांचा छोटा तांडा भेटे. बैलांच्या गळ्यातल्या घुंगरांचा आवाज काकड-आरतीच्या घंटानादासारखा भासे, आणि रस्त्याच्या दोन्ही कडांना फुललेल्या रानफुलांचा किंचित् उग्र सुवास घेऊन येणारा पहाटेचा वारा अकारण उग्र स्वराने बोलणाऱ्या प्रेमळ माणसासारखा भासे.

सावंतवाडीपासून चार मैलांवर असलेल्या आकेरीच्या मेटात तर एखाद्या कवीला मंत्रमुग्ध करण्याइतके सौंदर्य पसरले होते.

पण आनंदाच्या या लाटा भोवताली खळखळत असूनही मी एकाच गोष्टीचा विचार करण्यात चूर झालो होतो. आता घरी गेल्यावर दत्तक आईला कोणत्या नावाने हाक मारायची ? दत्तकविधानाच्या वेळी मी तिच्या जवळ बसलो होतो. पण ते क्षणभरच. त्यावेळी माझ्या मनाला जाणवलेला परकेपणा नानेलीला जाताना क्षणोक्षणी माझ्या मनात वाढू लागला होता.

सारे लोक तिला म्हाळसावहिनी म्हणत. मी मनात म्हणत होतो- आपणही तिला वहिनी म्हणून हाक मारली तर ?

मुलाने आईला वहिनी म्हणून हाक मारायची ? छे: ! ते कसेसेच दिसेल ! पण 'आई' म्हणून तरी तिला कशी हाक मारायची ?

भावनांची गुंतागुंत किती विलक्षण असते ! कळू लागल्यापासून एकाच व्यक्तीला मी आई म्हणून हाक मारीत आलो होतो. आता दुसऱ्या व्यक्तीला 'आई' म्हणून हाक मारणे—

नवशिका वक्ता आपले पहिले एक दोन मिनिटांचे भाषण स्वत:शीच शंभर वेळा म्हणून पाहतो ना ? चालता चालता मीही 'आई' या संबोधनाची मनाशी तशीच तालीम करून पाहत होतो. जो जो मी तो शब्द सहज उच्चारण्याचा प्रयत्न करू लागलो तो तो; तो माझ्या जिभेवर अधिक अधिक अडखळू लागला.

माणगावच्या डोंगरावरला उभा काळा सुळा माझ्या दृष्टीला पडला. हल्ली त्याचे ते रौद्र न्याहाळून एक प्रकारचा आनंद उपभोगल्याशिवाय मला पुढे जावेसे वाटत नाही. पण त्या दिवशी मात्र त्याच्या दर्शनाने माझ्या मनाची अस्वस्थता अधिकच वाढली.

मनाच्या या गोंधळातच मी घरी पोचलो. माझ्याबरोबरच्या मनुष्याने आत जाऊन मोठ्याने सांगितले, 'म्हाळसावहिनी, भाऊ आलेत !'

मी हळूहळू आत गेलो. म्हाळसावहिनी देवापुढे काहीतरी करीत होती. हातातले काम तसेच टाकून ती लगबगीने पुढे आली. माझ्याकडे निरखून पाहत ती म्हणाली, 'आलास बाबा ! बरं झालं !'

तिच्या शब्दापेक्षाही स्वरात अधिक मार्दव होते. ती पुन्हा माझ्याकडे पाहू लागली. काय बोलावे ते मला कळेना. लगेच ती म्हणाली, 'हे बघ, चहा घेऊन आंघोळ कर. नि मग थोडंसं आटवल खा. दोन वाजतील इथं जेवायला !'

मी गप्पच होतो. माझ्या डोळ्यापुढे एकच प्रश्न एकसारखा नाचत होता ! वहिनी की आई ? आई की वहिनी ?

पलिकडेच खांबाला बांधलेले एक लहान वासरू होते. मी सहज त्याच्या पाठीवरून हात फिरविला. लगेच त्याने मान वर केली. मी त्याच्या गळ्याखाली खाजवू लागलो.

म्हाळसावहिनी वासराला हसत म्हणाली, 'अरे लबाडा ! धन्याला बरोबर ओळखलंस की !' तिच्या स्वरात अथांग वात्सल्य भरले होते. बाहेर कुणीतरी हाक मारली म्हणून ती जायला निघाली. तिची पाठ वळताच माझ्या तोंडून शब्द गेले, 'मी आटवल जेवणार आहे हं आई !'

आई !

तिने झटकन् मागे वळून पाहिले. माझ्या हाकेचे तिला आश्चर्य वाटले असावे.

मी आई म्हणून तिला हाक मारीन की काय ही शंका तिच्याही मनात वावरत होती की काय कुणाला ठाऊक !

तिने क्षणभरच माझ्याकडे पाहिले. पण त्या एका क्षणात तिच्या-माझ्यामधला परकेपणा पार लोप पावला. मी दत्तक आहे हे विसरून गेलो मी.

मला नानेलीला राहणे शक्य नव्हते. तिला नानेली सोडणे शक्य नव्हते. त्यामुळे तिची कुठलीच सेवा माझ्या हातून घडली नाही. पण तिने मात्र आमरण माझ्यावर विलक्षण माया केली !

कारण ? तो एक शब्द- 'आई !'

१९४१

✿

रसग्रहण

१
कोल्हटकरांची नाटके

'हे प्रभो विभो अगाध किति तव करणी'

या मधुर चरणाने मला माझ्या तंद्रीतून जागे केले. सृष्टिसौंदर्याचे माहेरघर असलेल्या आंबोलीच्या घाटातून आमची गाडी जात होती. घाटातील रस्ता पदोपदी मानवी जीविताप्रमाणे वळणे घेत होता. उजव्या बाजूला काळाच्या जबड्याप्रमाणे भसणारी खोल व विशाल दरी आणि डाव्या बाजूला मूर्तिमंत संकटे वाटणारे अर्धवट तुटलेले भव्य खडक दृष्टीला पडून क्षणमात्र निसर्गाचे रौद्र स्वरूप तर आपण पाहत नाही ना असा भास होत होता. पण काळाच्या जबड्याप्रमाणे भासणाऱ्या त्या दरीतही महत्त्वाकांक्षी पुरुषाप्रमाणे उंच उंच वाढणारे वृक्ष व निरिच्छ साधूप्रमाणे 'शय्या भूमितलं' मानणारे निर्मळ तृण, यांचे प्रचंड संमेलनच भरलेले दिसत होते. वनस्पतींच्या त्या अफाट राज्यात लहान-थोर, श्रीमंत-गरीब, अशा प्रकारचा भेदभाव कुठेच आढळत नव्हता. डावीकडच्या खडकांवरून, पावसाळा नुकताच सुरू झाल्यामुळे, पाण्याच्या लहानमोठ्या रुपेरी धारा वाहत होत्या. जणू काय संकटे व विजयश्रीच्या पुष्पमाला यांची परमेश्वराने अखंड सांगडच घातली आहे असे निसर्गाला दाखवायचे होते. त्या रात्री आकाश निरभ्र असल्यामुळे या सर्व भव्य देखाव्यावर चंद्राचे रम्य किरण नाचत होते. जीवितावर प्रेमाचे चांदणे पडले म्हणजे त्याचा मार्ग कितीही नागमोडी व धोक्याचा असला तरी तो रम्य व मोहक वाटू लागतो, असेच ती चंद्रिका सुचवीत असावी ! डोळ्यांची पापणी लवविण्यात जो वेळ जाई तो कितीतरी कंटाळवाणा वाटे; इतकेच नव्हे तर या सृष्टिसौंदर्याच्या उपभोगाच्या बाबतीत हातापायांना डोळ्यांचा हेवाही वाटू लागला होता.

काव्याच्या त्या मूर्तिमंत दर्शनाने मीही 'अष्टमीचा चंद्र शोभे व्योमभागी

विहरता' व 'तरु विधुसी पवनयोगे नमीती फिरूनही' ही मूकनायकांतली पद्ये गुणगुणू लागलो होतो. इतक्यात 'हे प्रभो विभो अगाध किति तव करणी' हा सुंदर चरण माझ्या कानांवर पडला. चांदण्यात आनंदाने नाचणाऱ्या वेलींनाही वाचा फुटली होती काय ? खडकावर वाहणाऱ्या पाण्याच्या चिमण्या धारा हे प्रभुस्तोत्र आळवीत होत्या काय ? किंवा तारकाखचित व ज्योत्स्नाविलसित आकाशाकडे पाहून, पृथ्वी हे पद्य गुणगुणू लागली होती ? का घाटातील नंदनवनाला लाजविणारा तो देखावा पाहून आकाशातल्या तारकांनाच ही स्फूर्ती झाली होती ? माझ्या मनाला क्षणभर असेच त्यावेळी वाटले ! पण तो चरण गाण्याच्या लहरीत आलेल्या आमच्या अशिक्षित गाडीवानाने म्हटला होता.

हजारो प्रेक्षकांनी गजबजलेल्या आणि विजेच्या प्रकाशाने तळपणाऱ्या नाटकगृहात रमणीय वेषाभरणांनी सजलेल्या बालगंधर्वासारख्या नटाच्या तोंडून 'हे प्रभो विभो' हे पद मी ऐकले होते, पण त्या निर्जन वनभागांत व चंद्राच्या मोहक प्रकाशात एका खेडवळ गाडीवानाने स्वत:च्या मनाला रमविण्यासाठी म्हटलेल्या या पदाची गोडी रंगभूमीवरील गायनापेक्षाही मला अधिक वाटली.

कुठे कोल्हटकरांचे वऱ्हाड आणि कुठे या गाडीवानाचे कोकण ! डोंगरचे आवळे आणि समुद्राचे मीठ ! त्या बिचाऱ्या गाडीवानाला 'श्री' ची लक्ष्मीच्या दृष्टीने जशी ओळख नव्हती; तशी सरस्वतीच्या दृष्टीनेही नव्हती. पण काव्याच्या चरणाची धूळ आयुष्याच्या एखाद्या क्षणाचे का होईना सोने करते, हा अनुभव या क्षणी त्याला येत होता. त्याने ते पद्य सहज म्हटले असेल; पण 'चांदवा नभांचा केला, रविचंद्र लटकती त्याला, जणु झुंबर सुबक छताला, मग अंथरली ही धरणी' हे त्या पद्यातले वर्णन आकाशाच्या तारकाखचित छताला झुंबराप्रमाणे लटकणारा चंद्र व खाली गालिचाप्रमाणे पसरलेली ती हिरवी वनसृष्टी पाहून त्याने सहेतुकच म्हटले असावे असे मला वाटू लागले. या पद्याच्या दुसऱ्या कडव्यातील 'परि त्यांची सूत्रे सगळी। नाचविसी हस्ती धरुनी' हे चरण म्हणता म्हणता बैलाची दोरी ओढणारी व गाण्यात रंगून गेलेली त्याची मूर्ती पाहून कवीच्या मोहक जादूची मला पूर्णपणे कल्पना आली. 'हे प्रभो विभो अगाध किति तव करणी' हे वर्णन परमेश्वराइतकेच, अशी काव्ये निर्माण करणाऱ्या कवींनाही लागू पडते.

पौराणिक अगर ऐतिहासिक कथानकाचा पाया घेऊन त्यावर नाट्यमंदिर उभारणारांना नवीन वसाहत करण्याचे श्रेय मिळते; पण नवीन जग शोधून काढणाऱ्या कोलंबसाची कीर्ती लाभत नाही. उत्कृष्ट नाटके लिहिणाऱ्या स्वतंत्र शक्तीच्या नाटककारांत कोलंबस व वॉशिंग्टन यांचे बेमालूम मिश्रण झालेले असते. नाटकाचे नवे जग तो शोधून काढतो, एवढेच नव्हे तर ते जग जन्मत:च

स्वतंत्र असते. कोल्हटकर अशा प्रकारचे प्रतिभासंपन्न नाटककार होते हे त्यांच्या खालील नाट्यकृतींवरून दिसून येईल.

नाटकाचे नाव	लेखन काल	प्रकाशन काल	रंगभूमीवर कोणी आणले
वीरतनय	१८९४	१८९६	किर्लोस्कर संगीत मंडळी
मूकनायक	१८९७	१९००	,,
गुप्तमंजूष	१९०१	१९०३	,,
मतिविकार	१९०६	१९०७	,,
प्रेमशोधन	१९०८	१९११	,,
वधूपरीक्षा	१९१२	१९१४	महाराष्ट्र नाटक मंडळी
			भारत नाटक मंडळी
सहचारिणी	१९१७	१९१८	गंधर्व संगीत मंडळी
परिवर्तन	१९१७	१९२२	रंगभूमीवर आले नाही
जन्मरहस्य	१९१८	१९१८	बलवंत संगीत मंडळी
शिवपावित्र्य	१९२१	१९२४	रंगभूमीवर आले नाही

वरील तक्त्यात प्रकाशन म्हणजे नाटक पुस्तक रूपाने प्रसिद्ध होण्याचा काल दिला आहे. पूर्वी बहुतेक नाटके दिवसाच्या प्रकाशाआधीच रात्रीचा रंगभूमीवरील बत्त्यांचा प्रकाश पाहत असल्यामुळे प्रत्येक नाटकाच्या प्रयोगाचा काल लेखनकाल व प्रकाशनकाल यांच्या दरम्यान येतो. ('जन्मरहस्य' मात्र पुस्तकरूपाने प्रसिद्ध झाल्यानंतर रंगभूमीवर आले.) मूकनायक व परिवर्तन ही दोन नाटके पुस्तकरूपाने प्रसिद्ध होण्यापूर्वी विस्तारातून क्रमश: आली होती.

सदरहू दहा नाटकांपैकी सात संगीत असून तीन गद्य आहेत. ही तीन गद्य राहण्याचे कारण त्यांना गाण्याचे अंग मुळीच नाही हे मात्र नाही. 'परिवर्तन' नाटक गंधर्व नाटक मंडळीसाठी मूळ लिहिले गेले. पण नाटककार व नाटकमंडळी यांच्या पूर्वसंबंधांत मंडळीने परिवर्तन घडवून आणले म्हणून असो अगर परिवर्तनातील 'गदाधरा' पेक्षा पौराणिक नाटकातील गदाधर 'भीम' च लोकांना अधिक आवडतो म्हणून असो, हे नाटक गंधर्वमंडळीने रंगभूमीवर आणले नाही. शिवपावित्र्याचीही तीच स्थिती झाली. ललितकलेचे गायनपटू मालक कै. केशवराव भोसले हे नाटक रंगभूमीवर आणणार होते; पण त्यांच्या आकस्मिक मृत्यूमुळे शिवपावित्र्याचा जन्म रंगभूमीवर व्हावयाचा राहिला तो राहिलाच ! नाटकाला गाण्याने रंग चढतो म्हणून रंगभूमीवर येणारे नाटक संगीत करण्याकडे नाटककारांचा कल असतो.

गायनाने नाट्याला सध्या आपला इतका गुलाम बनविला आहे की, 'हाच मुलाचा बाप' सुद्धा हुंड्याची रक्कम 'झंप्या' च्या आधारावरच मागतो व मदालसेची बेताल 'महत्वाकांक्षा' झपतालावर गाऊ लागल्यावाचून ती 'राक्षसी' आहे हे प्रेक्षकांना कधीही पटत नाही. स्त्रीपुरुषांच्या शरीरसौष्ठवात जसे स्वभावत:च अंतर असते त्याप्रमाणे संगीत व गद्य नाटकांची घडण आमूलाग्र भिन्न असते. मर्दानी झाशीवालीप्रमाणे स्वभावत: संगीत असलेले नाटक गद्यरूपात सहसा दृष्टीस पडत नाही. पण पारतंत्र्यामुळे देशातल्या पुरुषांना ज्याप्रमाणे काकणे भरून बसण्याची पाळी आली आहे, त्याप्रमाणे नाटकमंडळ्यांच्या 'कर्तुमकर्तुमन्यथाकर्तुम्' अशा सामर्थ्यामुळे स्वभावत: गद्य असलेल्या बऱ्याचा नाटकांना मारूनमुटकून संगीत व्हावे लागत आहे. एखाद्या धनुर्धराला सारंगी छेडावयाला लावणे, अगर ढालीऐवजी योध्द्याच्या गळ्यात डफ अडकविणे अशातलाच हा प्रकार चालला आहे. यामुळे गद्य नाटकांची व अर्थातच नाटकांतील गद्याची नि नाट्यगुणांची वाढ थोडीशी का होईना खुंटली आहे. पण याचा विचार कोण करणार ? 'अर्थस्य पुरुषो दास:' हे भीष्माचार्यांचे वाक्य आमचे पौराणिक नाटककार कधीही खोटे ठरविणार नाहीत !

या सर्व नाटकांपैकी 'मूकनायका'चाच नेहमी जास्ती बोलबाला होत असतो. श्री. न. चिं केळकरांसारख्या साहित्यसम्राटांनी आपल्या पाच आवडत्या पुस्तकांत मूकनायकाची गणना केली आहे, एवढेच नव्हे तर प्रो. लक्ष्मणशास्त्री लेल्यांसारख्या जुन्याकडे जास्ती कल असणाऱ्या विद्वानांनाही त्याने मोहून टाकले होते. मूकनायकात कोल्हटकरांच्या कल्पकतेचा अरुण नुसता ओसंडून जात आहे हे तर त्याचे मुख्य कारण आहेच; पण रंगभूमीवरील अखंड प्रयोगपरंपरा हेही त्याच्या लोकप्रियतेचे एक कारण आहे. 'प्रेमशोधन' 'मतिविकार' 'जन्मरहस्य' इत्यादी नाटके उत्तम रीतीने वठवून दाखविण्याची हिंमत बाळगणाऱ्या नाटकमंडळ्या जर महाराष्ट्रात असत्या तर त्यांचेही हृदयंगम व परिणामकारक प्रयोग रंगभूमीवर होत राहून या नाटकांना 'मूकनायका' इतकी लोकप्रियता मिळू शकली असती.

नाटकांचे विषय

नाव	प्रतिपाद्य विषय
(१) वीरतनय	विधुरविवाह
(२) मूकनायक	मद्यपाननिषेध
(३) गुप्तमंजूष	स्त्रीशिक्षण
(४) मतिविकार	विधवाविवाह

(५) प्रेमशोधन	विषमविवाह
(६) वधूपरीक्षा	अनुलोम विवाह
(७) सहचारिणी	दोन बायकांचा दादला
(८) परिवर्तन	स्त्रियांचे समान हक्क
(९) जन्मरहस्य	प्रतिलोमविवाह
(१०) शिवपावित्र्य	शिवाजीचे उदात्त चरित्र

या नाटकांच्या नावाकडे पाहिले तर ती सर्व पंचाक्षरी आहेत असे आढळून येईल. एखाद्या नाटकाला प्रसिद्ध झाल्यावर लोक वाटेल तितकी नावे ठेवतात; पण आपल्या आपल्याला योग्य असे एकच नाव ठेवताना नाटकाकाराची कशी त्रेधा उडते याची त्यांना कल्पनाही असत नाही. कोल्हटकरांनी वीरतनय लिहिले त्यावेळचा नाटकाच्या नामकरणाचा राजमार्ग म्हणजे नायक अगर नायिका ह्यांचे नाव नाटकाला ठेवणे हाच होता. त्यांच्या पूर्वीचे पहिल्या प्रतीचे नाटककार किर्लोस्कर व देवल हेच होते. किर्लोस्करांनी सुभद्रा ही स्वरूपाने शकुंतलेइतकीच सुंदर असल्यामुळे 'शाकुंतला' बरहुकूम 'सौभद्र' हे नाव ठेवले. 'रामराज्यवियोग' हे त्यांचे नाव मात्र नाट्यविषयदर्शक होते. 'वीरतनया'चा अवतार होण्याच्या वेळी 'विक्रमोर्वशीय' व 'मृच्छकटिक' ही संस्कृत नाटकांची भाषांतरे देवलांनी केली होती. पात्रांच्या तोंडची संस्कृत भाषा लोकांना समजत नसली तर त्यांची संस्कृत नावे त्यांना परकी वाटण्याचा संभव नसल्यामुळे, एकाच कुळात दत्तक जाणाऱ्या मुलाला जसे आपले आडनाव बदलावे लागत नाही त्याप्रमाणे या नाटकांनाही आपली नावे बदलावी लागली नाहीत. 'दुर्गा' व 'झुंजारराव' ही मात्र परगोत्रांतील असल्यामुळे त्यांना भाषांतराबरोबर नावे बदलण्याचाही विधी करावा लागला. यांपैकी पहिल्या नाटकाचे नाव नायिकेचे असून दुसऱ्याचे नायकाचे आहे. 'Taming of the Shrew'चे कै. प्रो. केळकर यांनी केलेले भाषांतर त्या वेळच्या गद्य नाटकांपैकी उत्कृष्ट होते; पण शेक्सपीयरप्रमाणे केळकरांनी विषयदर्शक नाव न ठेवता नायिकेच्या नावावरच त्याची बोळवण केली. आडनावांपैकी स्वतंत्र अशी फारच थोडी असतात. बहुतेक मूळच्या गावाला कर जोडून (यांपैकी बहुतेक लोक गावात पोट भरत नसल्यामुळे खरोखरीच त्याला कर जोडून रामराम ठोकीत असतात) अगर एखाद्या हुद्याचा आश्रय धरून तयार झालेली असतात. नायक-नायिकांची नावे नाटकाला देणे हा सदरहू आडनावांसारखाच प्रकार आहे.

काही काही नावे विषयसूचक असतात; पण ती अनेक वेळा रुक्ष अगर वाजवीपेक्षा फाजील लांबट असतात. 'विजयनगरचा डळमळीत राजमुगुट' व 'सवाई माधवरावांचा मृत्यु' ही असल्या नावांची उत्तम उदाहरणे होऊ शकतील. हा 'राजमुगुट' अगर

'मृत्यु' संगीत नाही हेच त्यातल्यात्यात वाचकांचे भाग्य म्हटले पाहिजे.

कोल्हटकरांची सर्वच नावे सुटसुटीत व आकर्षक आहेत. 'मूकनायक' हे नाव तर अत्यंत बहारीचे वाटते. नाटकाच्या अंतरंगाविषयी रम्य कल्पनातरंग मनात उत्पन्न करण्याची शक्ती या नावात आहे. नायक खरोखरीच मुका असेल तर नायिका बहिरी असल्यावाचून काही नाटक आनंदपर्यवसायी होणार नाही हे उत्कंठित प्रेक्षक जाणत असतात. पण हे मुकेपण प्रेमाच्या अंधळेपणासारखेच असणार असे त्यांची सौंदर्यदृष्टी सांगत असल्यामुळे ते नाटककाराच्या या चमत्कृतिजनक कल्पनाविलासाचे कौतुकच करतात.

सुटसुटीतपणा व सौदर्य यांच्या जोडीला सूचकपणा असला तरच नाटकाचे नाव उत्कृष्ट वाटते. प्रथमत: तरी सूचकपणापेक्षा लपंडावच कोल्हटकरांना जास्ती आवडत असे असे दिसते. व्यवहारात विधुराला मुलगा नसल्यासच विधुरविवाह घडून येण्याचा संभव जास्ती; पण कोल्हटकरांच्या नाटकातील विधुरविवाह 'वीरतनय' घडवून आणतो. लग्न हे युद्धासारखे असल्यामुळे विधुरविवाह घडवून आणणारा हा मुलगा वीर ठरावा हे स्वाभाविकच आहे. मद्यपानाच्या नाटकाचा नायक दारू पिऊन बडबडत सुटणार अशी वाचकांची समजूत असण्याचा संभव असल्यामुळे त्यांच्या कल्पनेला चकविण्यासाठी त्या नाटकाचे नाव नाटकर्त्यांनी मूकनायक ठेवले. गुप्तमंजूषाचा विषय स्त्रीशिक्षण आहे असे ते सांगतात. शिकलेल्या स्त्रियांना दागिन्यांचा सोस फार असत नाही व अर्थात गुप्त मंजूषांची (पेट्यांची) त्यांना जरूरही लागत नाही; पण कोल्हटकरांच्या विरोधप्रिय प्रतिभेने स्त्रियांना विद्यामंदिराचे दरवाजे उघडले जावेत असे प्रतिपादन करताना नाटकाचे नाव मात्र गुप्तमंजूषच ठेवले. मतिविकार हे विधवाविवाहावरील नाटक; पण वृद्ध पतीविषयी तिटकारा बाळगणाऱ्या व 'मळमळीत सौभाग्यापेक्षा झळझळीत वैधव्य बरे' असे म्हणणाऱ्या सरस्वतीच्या आणि पुरुष देखील पत्नीच्या पश्चात पवित्र राहू शकतात अशी बढाई मारणाऱ्या विहाराच्या मतात जो इष्ट फरक घडून येतो त्याचे द्योतक असे नाटकाचे नाव कर्त्यांनी ठेवले आहे. या चारी नावात प्रतिपाद्य विषयाची सूचकता नसली तरी नाटकातील महत्त्वाचे पात्र, सुंदर घटना, अथवा मूलभूत रहस्य यांच्याशी संबंध असणारी अशीच ही नावे आहेत. 'सहचारिणी' वगळल्यास 'प्रेमशोधना'पासून पुढील सर्व नाटकांच्या नावांत सूचकपणाचाही गुण चांगला आहे. भावाचा जीव घेऊन सुखोपभोग भोगण्याची इच्छा करणारा कंदन, इंदिरेच्या प्रेमाने शुद्ध होऊन त्याच्यासाठी आपला जीव कसा देतो हे 'प्रेमशोधना'त दाखविले आहे. अनुरूप वधू शोधण्याकरिता धुरंधर ज्योतिष्याच्या वेषाने बाहेर पडतो व 'वधूपरीक्षा' नाटकात केवळ परीक्षाच न घेता परीक्षा उत्तीर्ण झाल्याबद्दल नायिकेला पाणिग्रहणाचे बक्षीसही देतो. शूद्र रघुनाथाला ब्राह्मण मानून उद्धवरावांनी

सद्हेतूने त्याचे जन्मरहस्य गुप्त ठेवल्यामुळे तीन अत्यंत प्रेमळ आत्म्यांचा आकस्मिक मृत्यू 'जन्मरहस्या'त घडून येतो. 'शिवपावित्र्या' चा विषय तर बोलून चालून ऐतिहासिकच आहे. 'शिवपावित्र्य' हे पौरणिक नाटक आहे असे पूर्वी कदाचित लोकांना वाटले असते; पण शिव म्हणजे शंकर म्हणणाऱ्या मनुष्याला 'तू त्याच्या पुढलाच दिसतोस' असे शेलापागोटे मिळाल्यावाचून राहणार नाही.

कोल्हटकरांचे हे नावीन्य केवळ नावांचे नसून त्यांच्या नाटकांतही ते पदोपदी आढळते. शिवपावित्र्याचा ऐतिहासिक विषय सोडला तर त्यांची बाकीची नऊही नाटके सामाजिक आहेत, असे दिसून येईल. त्यांपैकी पाच विवाहविषयक असून त्यांत विधुरविवाह (१) विधवाविवाह (४) विषमविवाह (५) अनुलोमविवाह (६) व प्रतिलोमविवाह (९) यांचा अनुक्रमे विचार केला आहे. सामाजिक सुधारणांमध्ये विवाहाचा प्रश्न अत्यंत महत्त्वाचा आहे. उपनयन व विवाह हे दोन संस्कारच मनुष्याला पशुकोटीतून काढून खऱ्याखुऱ्या मनुष्याच्या पदवीला नेऊन पोचवितात. उपनयन योग्य गुरू गाठून देऊन ज्ञानप्राप्ती करून देते व प्रत्येक प्राण्याला मनुष्यकोटीत आणते. विवाह मनुष्याच्या उपजत प्रेमवृत्तीला व आत्मत्यागाला पोषक होऊन त्याला स्वर्गसुख तुच्छ वाटायला लावतो. संसारात समानशील जोडीदार मिळाला की, इंद्रपदावर विराजमान होऊनही जी धन्यता वाटणार नाही ती जीर्ण झोपड्यांत वाटू लागते. प्रियजनाच्या अधरामृतापुढे अमृत, त्याच्या हास्यापुढे सूर्यचंद्रांचे किरण आणि प्रेमाश्रूंपुढे कुबेराची संपत्ती माणसाला फिकी भासते. पण ज्याच्यावर आपले प्रेम आहे, त्या माणसाशी जन्माची गाठ पडली तरच मनुष्याला हे स्वर्गसुख मिळते. नाही तर स्वर्ग व नरक हे अगदी जवळ जवळ असतात याचा मात्र त्याला अनुभव येऊ लागतो. होकायंत्र न पाहता आकाशातला वाटेल तो तेजःपुंज तारा ध्रुव म्हणून ठरवून नौका जशी योग्य दिशेने चालवणे शक्य नाही, तसेच हृदयाची आवडनिवड न बघता, वाटेल त्या पुरुषाला अगर स्त्रीला पती किंवा पत्नी मानण्याची सक्ती वडील माणसांनी केली, तर त्या वधूवरांची जीवित नौकाही दुःखाच्या खडकावर आपटल्यावाचून राहणार नाही. पत्रिका, समाजातील दर्जा, हुंडा, अडल्या हरीचा गरजवंतपणा, आणि फार झाले तर आईबापांच्या पोक्त दृष्टीची पसंती एवढ्यावरच विवाहाचे मंदिर उभारण्याचा आपल्यामध्ये प्रघात आहे. पण हा सर्व पाया वाळूचा असतो, त्याच्यावरील इमारत कधी ना कधी ढासळल्यावाचून राहणार नाही. विवाहमंदिर प्रेमाच्या पक्क्या पायावरती उभारले तरच ते मंगलप्रद व कल्याणकारक होते ही कोल्हटकरांच्या विषमविवाहावरील नाटकाची (५) शिकवण आहे. विषमविवाहाच्या विरुद्ध विवाह म्हणजे प्रेमविवाह होय. 'प्रेमशोधन' मधील कंदनाला मोहिनीच्या सहवासात सुख होत नव्हते, पण ते इंदिरेच्या सहवासात होऊ लागले. मोहिनी

इंदिरेपेक्षा कमी सुस्वरूप होती असे नाही, कारण कंदनासारख्या धाडसी पुरुषसिंहाचे तिच्यावर प्रेम बसायला व 'तुझ्या कटाक्षापुढे नक्षत्रे व तुझ्या मुखापुढे चंद्रमंडळ मी तुच्छ मानितो. तुझे औदासीन्य हेच माझे ग्रहण व तुझी प्रसन्नता हीच माझी ज्योत्स्ना' (प्रेमशोधन पृ. ३५) असे त्याने म्हणावयाला मोहिनी रूपसंपन्न असली पाहिजे हे उघड आहे. पण खरे प्रेम रूपावर कधीच अवलंबून नसते. 'न खलु बहिरुपाधीन्प्रीतय: संश्रयन्ते' हाच काय तो प्रेमाच्या राज्यातला कायदा. त्यामुळे ज्या मोहिनीच्या सहवासात कंदनाला अंगावर अग्निकणांचा वर्षाव झाल्यासारखा वाटतो, त्याच मोहिनीचे दर्शन कंदनाला अमृताच्या अभिषेकासारखे वाटते. जी मोहिनी नंदनासारख्या सात्त्विक व समंजस पतीचे सहानुभूतीचे शब्द शापासारखे मानते, तीच मोहिनी कंदनाचे भ्रातृवधाचे क्रूर उद्‌गार फुलासारखे झेलते, प्रेम हा खो खोचा खेळ आहे हे ध्यानात घेऊनच वडील माणसांनी वधूवरांच्या जन्मगाठी बांधाव्या हे तत्त्व अशा रीतीने एकदा गृहीत धरल्यानंतर विवाहगंगेच्या मार्गात जातिभेदासारखे डोंगर असू नयेत हे ओघानेच आले. एखाद्याला गुलाबाचे फूल आवडते, तर दुसऱ्याला जाईजुईची फुले आवडतात. एखाद्याला पर्वतपठारावरील सूर्योदय मोहून टाकतो, तर दुसऱ्याला समुद्रावरील पोर्णिमेचे चांदणेच लुब्ध करते. एखाद्याला अलंकारप्रचुर कविता वेड लावते, तर दुसऱ्याला साधी पण रसपरिपूर्ण कविता देहभान विसरायला लावते. फुले, सृष्टिसौंदर्य व काव्य यांमध्ये जशी ही स्वाभाविक भिन्न रुची असते, तशीच ती प्रेमाच्या बाबतीतही असते. 'तत्तस्य किमपी द्रव्यं यो हि यस्य प्रियो जन:' हेच खरे. रामदासांनी पंढरीच्या विठोबाला पाहून 'येथे का रे उभा रामा। मनमोहन मेघश्यामा' असे जे उद्‌गार काढले त्याचे रहस्य हेच आहे. इथे बैस म्हणून प्रेम कुणावर बसत नाही अगर ऊठ म्हटले म्हणून ते आपला विषय सोडून जाणार नाही. असल्या उठाबशा गुलामाला जमतील, स्वातंत्र्यलोलुप प्रेम त्या कधीच काढणार नाही.

असे प्रेममूलक विवाह प्रचारात यावेत असे म्हटले की अनुलोम-प्रतिलोम विवाहांचा प्रश्न सोडविलाच पाहिजे. गेल्या शेकडो वर्षांत आम्ही हिंदू लोकांनी शास्त्रांची व कलांची नसली तरी जातींची भरपूर वाढ करून ठेविली आहे. पूर्वेकडे ज्याच्या घराचे तोंड आहे त्याची जात निराळी व पश्चिमाभिमुख ज्याचे घर आहे त्याची जात निराळी एवढाच काय तो जातिभेद अद्याप आमच्यात झाला नाही. बाकी लहानसहान कारणांवरून एकाच्या एकवीस जाती करून प्रत्येकीभोवती रोटीव्यवहाराचे कुंपण व बेटीव्यवहाराचा तट कधीच उभारण्यात आला आहे. पण इंग्रजी शिक्षणाने व्यापक दृष्टी झालेल्या व जीवनकलहामुळे प्रत्यही अधिकाधिक संमिश्र होत जाणाऱ्या समाजात भिन्न जातींचे संघटन पूर्वीपेक्षा किती तरी अधिक होऊ लागले आहे. परिचयच प्रेमाला कारणीभूत होत असल्यामुळे रूढीने तोडलेल्या

एका जातीतील वराचे हृदय दुसऱ्या जातीतील वधूच्या हृदयाशी प्रेम जोडून टाकील ही गोष्ट आता सत्यसृष्टीत येत चालली आहे. एखाद्या उच्चवर्णीय तरुणाला हीन मानल्या जाणाऱ्या जातीतील एखादी कुमारिका आपल्याला अनुरूप पत्नी होईल असे वाटत असेल तर या अनुलोम विवाहाला समाजाने परवानगी दिली पाहिजे, असे कोल्हटकरांनी आपल्या वधूपरीक्षा नाटकात प्रतिपादन केले आहे. त्यातील नायक धुरंधर हा आपल्या वधूची निवड करण्याकरिता विश्वेश्वरशास्त्र्यांच्या घरी राहतो व तेथे गंगा, यमुना, आणि त्रिवेणी या मुलींपैकी त्रिवेणीवर, ती पोरकी मुलगी आहे हे माहीत असतानाही, त्याचे प्रेम बसते. पुढे नाटकाच्या मुळाशी असलेल्या एका रहस्याचा विकृत व अर्धवट स्फोट झाल्यामुळे त्रिवेणी ही शूद्रकन्या आहे, असा सर्वांचा समज उत्पन्न होतो. धुरंधर ब्राह्मण, पण त्रिवेणी पडली शूद्र ! पण जे जातीचे प्रेम असते ते असल्या जातीच्या बाह्य कल्पनांनी कधीच लोप पावत नाही. त्रिवेणी शूद्र असली तरी तिच्याशीच विवाह करण्याचा धुरंधर निश्चय करतो; व त्रिवेणीही ब्राह्मणकन्येला लाजवील असे अकृत्रिम वल्लभप्रेम प्रगट करते. नाटकातल्या मूलभूत रहस्यामुळे त्रिवेणी शेवटी ब्राह्मणकन्याच ठरते व त्यामुळे प्रत्यक्ष नाटकात अनुलोम विवाह घडून येत नाही. पण नाटकाच्या शेवटच्या पानापर्यंत त्रिवेणी ही शूद्रकन्याच आहे असे धुरंधर समजत असतो, व तिच्याशीच लग्न करण्याच्या त्याच्या निश्चयाबद्दल वाचकांचे मतही अनुकूल असते.

२

'जन्मरहस्या'तला विवाहविषयक प्रश्न याच स्वरूपाचा आहे. धुरंधराचे त्रिवेणीवर जसे प्रेम बसते, तसेच कांतेचे रघुनाथावर असते. त्रिवेणी व रघुनाथ ही त्यांच्या प्रणयीजनांकडून आरंभी ब्राह्मण मानली जात असतात; पण नाटकाच्या मध्यभागी त्यांच्या रहस्याचा स्फोट होतो. वधूपरीक्षा व जन्मरहस्य यांच्या कथाभागांना येथून मात्र निराळे वळण लागते. त्रिवेणी शूद्र आहे हे कळले तरी धुरंधराचे प्रेम अचल रहाते. जुन्या चालीरीतींच्या आईच्या तालमीत वाढलेल्या तापट कांतेच्या अंगाची मात्र रघुनाथ शूद्र आहे हे कळून येताच आग होते व त्या आगीत तिची प्रेमकलिका होरपळून जाईल असे वाटते. पण कोमलपणाच्या दृष्टीने प्रेमाची फुलाशी तुलना करणे इष्ट असले तरी ते सुवर्णाइतकेच कणखर असते. क्रोधाग्नीत पडलेले कांतेचे प्रेम त्यातील हीण जळून अधिक उज्ज्वलरीतीने चमकू लागते. जातिभेदाच्या अभ्राखाली क्षणमात्र लोप पावलेला कांतेचा प्रेमसूर्य उदय पावला तरी या नाटकातही प्रत्यक्ष प्रतिलोमविवाह होत नाही. शूद्राशी लग्न म्हणजे रौरव नरकाची तयारी अशी मालतीची समजूत व कांता ही आपले प्रेम छिनून घेणारी कौटाळीण आहे ही कौसल्येची समजूत ! या दोन मातांच्या समजुतींच्या कात्रीत

रघुनाथ व कांता यांच्या मीलनाच्या चिंधड्या उडतात. एकाच्या आईचा धर्मभोळेपणा व दुसऱ्याच्या आईचा मत्सर या प्रणयी युग्माच्या संगमामृतात विष कालवतो व नाटकाचा शेवट दु:खपर्यवसायी होतो. वधूपरीक्षेतील त्रिवेणी गैरसमजाने शूद्रकन्या मानली जाते; पण जन्मरहस्यातील नायक मात्र खराखुरा शूद्र असून जातिभेदाचा बांध कितीही बळकट असला तरी तो प्रेमाचा प्रवाह अडवून ठेवू शकत नाही, हे हृदयंगम दृश्य या नाटकात चित्रित केले आहे.

आमच्यात विवाहप्रेम भरपूर आहे; पण प्रेमविवाह मात्र जवळ जवळ मुळीच नाहीत. प्रेमविवाहावाचून समाज सौख्यशिखरावर कधीही चढू शकणार नाही; परमेश्वराप्रमाणे प्रेमाचीही भक्ती वाटेल त्याला करण्याचा हक्क आहे व देवाच्या राज्याप्रमाणे प्रेमाच्या राज्यातही रावरंक, उच्चनीच, ब्राह्मण-अस्पृश्य हा भेदभाव असता कामा नये, इतका या तीन विवाहविषयक नाटकांचा निष्कर्ष आहे. या तिन्हिखेरीज 'वीरतनय' व 'मतिविकार' ही दोन विवाहविषयक नाटके आहेत. पहिल्यात विधुर विवाहाचे (मतिविकाराची प्रस्तावना पहा) व दुसऱ्यात विधवा विवाहाचे मंडन केले आहे. विधुर काय अगर विधवा काय त्यांचा पुनर्विवाह हा ध्येयदृष्टीने समाजाला अद्यापि किंचित् हीनच वाटतो. काव्याची गोडी त्याच्या ध्येयवादावरच अवलंबून असते. कला म्हणजे सौंदर्याची परिसीमा; व सौंदर्याला कुरूप शरीराप्रमाणे दुबळ्या हृदयाचाही तिटकारा असतो. गत पतीच्या अगर पत्नीच्या स्मरणात शेष आयुष्य घालविणे प्रत्येक सामान्य मनुष्याला शक्य नाही हे उघड आहे. पण पूर्ण सौंदर्य सहसा आढळत नाही म्हणून आपल्या नाटकातल्या नायिकेला थोडी का होईना कुरूप ठेवणे ज्या कारणाकरिता कवीला आवडत नाही त्याच कारणासाठी किंचित् हीन असे ध्येयही तो सहसा नाटकाला घेत नाही. हिंदुसमाजात आईच्या कुशीत डोके लपवून निजण्याची जिची सवय अद्याप सुटली नाही अशा कोमल कुमारिकेच्या डोक्यावर केवळ तिच्या कपाळाचे कुंकू पुसले गेले आहे म्हणून न्हाव्याचा वस्तरा फिरविण्याची सर्रास परवानगी आहे. या अन्यायाचे परिमार्जन व्हावे या दृष्टीने व जिला प्रेमाचा अल्पही अनुभव मिळाला नाही अशा बालिकेला त्याच्या स्मरणाने विरंगुळाही प्राप्त होणार नाही या दृष्टीने 'विधवाविवाह' हा विषय आमच्या विशिष्ट सामाजिक परिस्थितीत तरी नाटकाला अयोग्य आहे असे म्हणता येणार नाही. पण विधुरविवाहासाठी नाटक लिहिण्याचे श्रम कुणीच करण्याचे कारण नाही. विधवाविवाहाचा उपदेश हा पालथ्या घागरीवरील पाण्यासारखा होत असल्यास विधुरविवाहाचे मंडन हे काठोकाठ भरलेल्या घागरीत पाणी ओतण्यासारखे आहे. पहिल्या बायकोची चिता विझविण्याआधी दुसऱ्या लग्नातल्या लाजाहोमाच्या तयारीला लागणाऱ्या समाजात विधुरविवाहाचे मंडन करणे म्हणजे अजीर्ण झालेल्या मनुष्याला आणखी आग्रह करून पक्वान्ने वाढणे

होय. बरे तो विधुर तरी बालविधवेप्रमाणे प्रेमाचा क्षणभरदेखील अनुभव न आलेला असेल तर काव्यदृष्ट्या ते मंडन ठीक होईल. पण विधुरविवाहावर कोल्हटकरांनी लिहिलेल्या नाटकातील (१) नायक शूरसेन याला एक ८-१० वर्षांचा मुलगाही आहे. विधवाविवाहावरील नाटकात ८-१० वर्षाचा मुलगा असलेली नायिका घेऊन तिचा पुनर्विवाह लावला तर ते जसे कलेच्या दृष्टीने कठोर, ध्येयवादाच्या दृष्टीने विपरीत आणि सौंदर्याच्या दृष्टीने हीन दिसेल तसेच आठ-दहा वर्षांचा मुलगा असलेल्या विधुराच्या विवाहाचे मंडन करणेही चुकीचेच ठरेल.

परंतु वीरतनयावर होणारा हा गहजब त्याचा विषय विधुरविवाह आहे हे गृहीत धरल्यामुळेच होत आहे. मात्र विषयाचे हे घोडे नाटकाच्या वरातीमागूनच कोल्हटकरांनी आणले आहे. या घोड्यामुळे वीरतनयाच्या पराक्रमाला काही अधिक मदत झाली असे नाही; उलट या घोड्यामुळेच वीरतनय टीकाकारांच्या तावडीत सापडला आहे. वीरतनयाच्या प्रस्तावनेत कोल्हटकर लिहितात, 'पुस्तक लिहिताना पुस्तककर्त्यांचे दोन हेतू होते. एक तर शृंगाररसाबरोबर वीररसही आणण्याचा प्रयत्न करणे, व दुसरा नवीन चालीवरील पदे प्रचारात आणणे.' या दोन्ही हेतूंतही विधुरविवाहाची पूर्वतयारी कोठेच दिसत नाही. दुसरे लग्न करणे म्हणजे 'माझी पहिली बायको तू हिरावून नेलीस तरी हा पहा मी तुझ्यावर विजय मिळविला' असे मृत्युरूपी शत्रूला बजावणे होय असे मानल्यावाचून वीररसाचा विधुरविवाहांशी दुरूनदेखील संबंध पोचत नाही. विधुरविवाहाची चाल जुनी असल्यामुळे 'नव्या चालीवरील पदांचा' तर अर्थाअर्थी तिच्याशी काहीच संबंध लागत नाही.

मग हे विषयाचे नसते घोडे कोल्हटकरांनी पुढे का दामटले ? त्याचे कारण एवढेच आहे की मतिविकाराची प्रस्तावना लिहिताना त्यांच्या विरोधप्रिय कल्पकतेला आपल्या नाटकाचे उद्देश सुंदर रीतीने लोकांपुढे मांडावेसे वाटले. मूकनायकचा विषय 'पुरुषांना पशुवृत्तीप्रत पोचविणारे व्यसन' व गुप्तमंजूषाचा 'स्त्रियांस देवतापदाप्रत नेणारे शिक्षण' असा हृदयंगम विरोध या दोन नाटकांच्या विषयांत तिला दिसून आला. उरलेल्या दोन्हीत मतिविकाराचा विधवाविवाह हा विषय उघड उघड दिसत होता, तेव्हा त्याच्याशी सुंदर साम्य पावणारा विधुरविवाह हा विषयच वीरतनयाच्या पदरी त्यांनी बांधला. शिवाय नाटक मंडळीच्या अत्याग्रहास्तव वीरतनयातील मेलेली शालिनी जिवंत झाली असल्यामुळे आणि शूरसेनही द्वितीय संबंधाला तयार झाला असल्यामुळे त्या नाटकात विधुरविवाह खरोखरीच घडून आला आहे. परंतु कोल्हटकरांच्या कलेला हा विधुरविवाह संमत नव्हता हे त्यांनी प्रथमतः वीरतनयाचा शोकपर्यवसायी शेवट केला होता, यावरून उघड दिसून येते, शिवाय नाटकाचा शेवट शोकान्त होवो वा नाटकमंडळीच्या भिडेमुळे सुखान्त होवो, वीरतनय लिहिताना विधुरविवाह हे आपल्या नाटकाचे ध्येय अगर

साध्य कोल्हटकरांनी मुळीच मानले नव्हते हे त्यांच्या वीरतनयाच्या प्रस्तावनेवरूनच सूर्यप्रकाशाइतके स्पष्ट होत आहे.

व्यापाराकरिता आलेल्या इंग्रजांनी हिंदुस्थानात जसे राज्य स्थापले, तसे सौंदर्यैक दृष्टीने लिहिणारा कलावंत लेखकही त्यातून ओढून ताणून एखादे तत्त्व बाहेर काढतो हाच वरील ऊहापोहाचा निष्कर्ष आहे. व्याख्यानाप्रमाणे नाटक अगर कादंबरी याचा विषय लोकांना जाहीर करावा लागणे हे कलेच्या दृष्टीने तरी फारसे इष्ट नाही. कला सौंदर्यात्मक असली तरी सौंदर्य हे सत्याचेच रमणीय स्वरूप आहे या दृष्टीने प्रत्येक कलाप्रधान कृतीत काही ना काही सत्य अथवा तत्त्व तिचा आस्वाद घेणारांच्या पदरात पडते. पण उपदेश, संदेश, शिकवण, बोध इत्यादी मुले अंगाखांद्यावर खेळत असल्यावाचून कोणतीही कला पूर्ण होत नाही असा जो सामान्य समज आहे, तो पूर्णपणे चुकीचा आहे. कलेचे कार्य मनुष्याच्या हृदयाची सौंदर्यतृषा शांत करणे हे आहे. त्या सौंदर्याशी विसंवादी अशी शिकवण त्या कृतीत आली की दुधात मिठाचा खडा पडल्यावाचून राहत नाही. सौंदर्यहानी न करणारा बोध म्हणजे दुधात पडलेली साखर होय; पण त्याबद्दल अट्टाहास धरणे अगर प्रमाणाबाहेर साखर दुधात घालणे केव्हाही वाईटच. चंद्राकडे पाहून बालकापासून वृद्धापर्यंत सर्वांना जो आनंद होतो तो त्याच्या रमणीयत्वामुळेच होतो; तो औषधिपती आहे म्हणून नाही. चित्र, गान, नृत्य, नाट्य, काव्य इत्यादी सर्व कलांच्या बाबतीत हेच खरे आहे. त्यांचे महत्त्व केवळ त्यांच्या उपयुक्ततेवर नसून सौंदर्यावर अवलंबून असते. झाडाची योग्यता त्याच्या लांबी-रुंदीवरून व फळांवरून ठरविणे योग्य होईल; पण तोच कस आकाशातल्या तारकेला लावणे म्हणजे मूर्खपणाची कमाल होईल. प्रत्येक कलावंताची कृती सौंदर्यसंपन्न असावी लागते. या सौंदर्याच्या सागरात अनेक तत्त्वरत्ने लपलेली असतात. वाचकांनी आपल्या विचारशक्तीचा उपयोग करून ती बाहेर काढावयाची असतात. पण एखादे तत्त्व घेऊन त्याच्या विवरणाखाली नाटकाचे सौंदर्य लोपवून टाकणे हे ताजमहाल बांधला तसा न बांधता 'अल्ला' या अक्षराच्या आकारासारखा बांधवयाला पाहिजे होता, असे म्हणण्यासारखेच आहे. कोणतीही कला बालकाच्या हास्यासारखी अथवा स्वभावरमणीय सुंदर स्त्रीसारखी असते. बालकाच्या हस्याचे कारण अथवा सौंदर्यशास्त्राची मीमांसा ही त्यांच्यापासून मिळणाऱ्या आनंदाच्या मानाने दुय्यम प्रतीची असतात. शेक्सपिअरचे 'हॅम्लेट' नाटक आज तीन शतके सगळ्या जगाला रंजवीत आहे. पण हॅम्लेटमध्ये शेक्सपिअरला काय शिकवायचे होते याबद्दल पंडितांत वाद आहेत ते आहेतच. काही पाश्चात्य शास्त्रज्ञांचा कल भुतांचे अस्तित्व मानण्याकडे असल्यामुळे पिशाच्चयोनी असू शकते हे दाखविण्याकरिताच शेक्सीपिअरने हॅम्लेट लिहिले असेही त्यांच्यापैकी काही भूतभक्त उद्या म्हणू लागतील. सारांश, परमेश्वराने निर्माण केलेले जग

ज्याप्रमाणे आपण प्रभुलीला मानतो त्याप्रमाणे नाटककाराने निर्माण केलेले जग हाही त्याच्या प्रतिभाशक्तीचा खेळ आहे. परमेश्वरी जगाप्रमाणे नाटककाराचेही जग लोकांना अप्रत्यक्ष उपदेश करीलच. पण नाटक म्हणजे काही प्रवचनाचे व्यासपीठ नाही.

कोल्हटकरांच्या आतापर्यंत विवेचिलेल्या पाच विवाहविषयक नाटकांकडे पाहिले तरी हाच नियम सत्य आहे असे दिसून येईल. प्रेमशोधन या नाटकाचा विषय विषमविवाह व अर्थात पर्यायाने घटस्फोट हा आहे. पहिल्या अंकाच्या दुसऱ्या प्रवेशात नंदन व मोहिनी यांचा छत्तिसाचा आकडा व नंदन जाऊन कंदन येताच त्या ठिकाणी येणारा त्रेसष्टाचा आकडा अशी दोन विरोधी दृश्ये आहेत. विषमविवाह म्हणजे ऊस व भोपळा यांची सांगड घालणे होय; पण प्रेम असेल तर ती जोडी वृक्षवेलीसारखी परस्परांना उपकारक व सुखकारक होते. पहिल्या अंकानंतर कंदन इंदिरेच्या प्रेमपाशात कसा सापडतो, प्रेमाच्या प्रभावाने हा क्रूर व्याघ्र गोगलगाय कसा बनतो, व स्वार्थी उपभोगापेक्षा परोपकाराचा आत्मत्याग कसा पत्करतो हे सर्व प्रेमशोधनामध्ये प्रामुख्याने दृष्टीला पडते. केवळ विषमविवाहाचे दुष्परिणामच लोकांपुढे मांडावयाचे हे तत्त्व जर कोल्हटकरांनी अंगिकारले असते तर इंदिरेचे कंदनाशी लग्न झाल्यावर तिने आत्महत्या केली असती, तिच्या आत्महत्येमुळे तिच्यावर प्रेम करणारे नंदन व कंदन या दोघांनीही जगाला रामराम ठोकला असता; आणि कंदनावरील उत्कट प्रेमामुळे मोहिनीनेही प्राणत्याग केला असता. पण विषमविवाहाच्या दुष्परिणामांचे हे भडक चित्र रंगविताना कंदनाच्या आत्मत्यागाच्या सर्वोत्कृष्ट प्रवेशाला (अंक ५ प्र. २) मात्र मराठी नाट्यवाङ्मय मुकले असते. उपदेशाची व हेतूची दृष्टी कलेचे पंख अनेक वेळा कापून टाकते ती अशी ! वधूपरीक्षेचा विषय अनुलोमविवाह असला तरी त्रिवेणी शूद्र आहे या रहस्याचा स्फोट दुसऱ्या अंकाच्या अखेरीला होत असल्यामुळे तोपर्यंत हा विषय पडद्यातच राहतो. 'नाटकाचा विषय अमुक आहे तर त्याचे प्रतिपादन नांदीपासून भरतवाक्यापर्यंत झालेच पाहिजे' असे ज्यांचे टीकाकोड आहे ते दुसऱ्या अंकाच्या अंतापर्यंत विषयाचा आरंभ न होणे हा दोषच मानतील. पण या टीकाकारांची समजूत करण्याची दृष्टी स्वीकारली तर वधूपरीक्षेतील पहिल्या दोन अंकांतील सर्व सरस प्रवेशांना निष्क्रमण करण्याची पाळी येईल.

कोल्हटकरांच्या नाटकांत विषयाची स्थिती 'दर्यामें खसखस' होते व ते सांगतात म्हणूनच ते नाटक त्या विषयावर आहे असे मानावे लागते, इत्यादी आक्षेप या नाटकांवर नेहमी येत असतात. कोल्हटकर प्रकृतीने सौंदर्यवादी लेखक होते. व्यवहारासाठी तत्त्वांचा अगर हेतूसाठी सौंदर्याचा त्यांनी केव्हाही बळी दिला नाही. आपल्या नाटकाच्या प्रस्तावनेत नाट्यविषयांविषयी जर ते मुग्ध राहिले असते तर 'ते प्रतिपाद्य विषय बुरख्यात घालून आणतात' अशी टीका त्यांच्यावर

झाली नसती. पण इतर रूढींप्रमाणे प्रस्तावनेच्या रूढीविरुद्ध त्यांनी हत्यार उपसले नसल्यामुळे त्यांच्या टीकाकारांना प्रस्तावनेतील विषयाचा ओझरता उल्लेख देखील त्यांच्यावर हल्ला चढविण्याला पुरेसा होतो. त्यांच्या वीरतनयाचा विषय विधुरविवाह आहे हे म्हणणे, शिवाजीने आपले आयुष्य पतितपरावर्तनाला वाहिले होते असे म्हणण्यासारखेच आहे हे वर दाखविलेच आहे. वीरतनयाचे महत्त्व मराठीतील पहिले स्वतंत्र कल्पनारम्य (Romantic) नाटक या दृष्टीने आहे. विधुरविवाहातील ताशेवाजंत्र्यापेक्षा, शूरसेनाच्या पायांत शृंखला खळखळत असताना शालिनी त्याची भेट घेऊन जे प्रेमयुक्त उद्‌गार काढते तेच वाचकाला या नाटकात अधिक ऐकू येतात. प्रकोपाकडून होणाऱ्या कन्यादानापेक्षा शूरसेनाचे प्राण वाचवण्याकरता ती जे आत्मदान करते तोच या नाटकाचा आत्मा आहे. मतिविकार नाटकाचा प्रतिपाद्य विषयाशी वीरतनयापेक्षा अधिक संबंध आहे ही गोष्ट खरी; पण तिथेही मनोहराच्या चारित्र्याच्या सूर्यापुढे चकोरचंद्रिका फार फिक्की पडतात व लोकांच्या डोळ्यांत भरेनाशी होतात. चंद्रिकेला तिची धाकटी बहीण हंसिका हट्टाने कुंकू लावते व या 'अधर्माचे' खापर तिची सावत्र आई सरस्वती तिच्यावर फोडते, हा प्रवेश स्वाभाविक असून सुंदर साधला आहे. बैराग्याच्या वेशाने येणारा चकोर व तुळशीची पूजा करणारी चंद्रिका यांच्या भेटीचा प्रसंग तर अत्यंत हृदयंगम आहे. पण यापुढे चंद्रिकेचे दोनतीन प्रवेश असले तरी मनोहर-सरस्वती व विहार-तरंगिणी यांच्या चित्तवेधक कथाप्रवाहात ते कुठल्या कुठे वाहून जातात. 'बायकांना पुनर्विवाहाची परवानगी देण्यापेक्षा पुरुषांनीही पहिल्या बायकोच्या मरणानंतर व्रतस्थ रहावे. बायकांच्या बाबतीत वैवाहिक नीतीचे नियम शिथिल करण्यापेक्षा पुरुषांच्या बाबतीत ते बायकांइतकेच कडक करावेत' असा विधवाविवाहाविरुद्ध जवळजवळ निरुत्तर भासणारा मुद्दा पुष्कळ वेळा पुढे येतो. तरंगिणीचे खोटे मरण व विहाराचा चंचलपणा या दोन्ही गोष्टींचा रोख, हा मुद्दा किती फोल आहे हे दाखविण्याकडे आहे. या दृष्टीने मतिविकारातील उत्तरार्धात विहाराला नाटककर्त्यांनी जे महत्त्व दिले आहे त्याचे कारण पुनर्विवाहाचे मंडन हेच होय हे उघड आहे. या नाटकात मनोहर कथानकाशी अतिशय निकट रीतीने निगडित झालेला असला तरी मुख्य विषयाच्या दृष्टीने त्याला अवास्तव महत्त्व मिळालेले आहे. पार्श्वभूमीत रेखाटावयाची व्यक्ती चित्रकाराने पुढे रेखाटली तर तीच चित्राचा विषय आहे, असा स्वाभाविकच प्रेक्षकाचा समज होतो; मतिविकाराच्या रचनेत विषयदृष्ट्या हेच वैगुण्य राहिले आहे. इष्ट फेरफार करून मनोहराचे कार्य जर चकोराकडे देण्यात आले असते तर त्याला व त्याच्या अनुषंगाने चंद्रिकेला नाटकात मिळाला आहे त्याच्यापेक्षा जास्ती अवसर मिळाला असता. सध्या नाटकाच्या उत्तरार्धांत ज्या गृहाची ती यजमान-यजमानीण असावयाची तेथे ती

पाहुण्यासारखी वावरत आहेत असा भास होतो.

वधूपरीक्षेचे कथानक जितके गुंतागुंतीचे आहे तितक्याच कौशल्याने ते गुंफिले आहे. पण त्यातील मुख्य धागे ताईताचे रहस्य व गंगा, यमुना, त्रिवेणी आणि पार्थिव, भार्गव, धुरंधर या युगुलांमधील स्वभावांचे साम्य व विरोध हे आहेत. अनुलोमविवाहाचा प्रश्न फक्त धुरंधरापुढे उभा असतो, व प्रेमाच्या सागराला जातिभेदाचा वडवानल कधीच शुष्क करू शकत नाही हे ध्यानात आणले असता तो इतका तीव्रही वाटत नाही. त्यातून धुरंधर जातिभेदाविरुद्ध नसता अगर त्रिवेणी धुरंधरासारख्या ब्राह्मणाची आपण पत्नी होणे म्हणजे त्याला गौरव नरकात टाकणे होय, असे मानीत असती तर या प्रश्नाला अधिक बिकट व मनोरंजक स्वरूप आले असते. भार्गवाचा व धुरंधराचा या विषयासंबंधी एकदा वादविवाद होतो, पण धुरंधराची आई, पार्थिव, विश्वेश्वरशास्त्री यांचा; राजा शूद्रकन्येशी विवाह करू इच्छितो या गोष्टीशी काहीच संबंध येत नाही. अर्थात या प्रश्नाच्या उलटसुलट बाजूही वधूपरीक्षेत विस्ताराने मांडल्या गेल्या नाहीत.

विवाहविषयक नाटकांपैकी पाचवे 'जन्मरहस्य' तेवढे राहिले. त्यात कथानकाची गंगा व विषयाची यमुना यांचा सुंदर संगम झालेला आढळून येतो. कोल्हटकरांचे दुःखपर्यवसायी असे हे एकच नाटक आहे. प्रतिलोमविवाहाचा व ब्राह्मणशूद्रांच्या परस्परसंबंधाचा प्रश्न त्यातील नांदीपासून तो कांता-रघुनाथ यांच्या आयुष्याच्या अंतापर्यंत प्रत्येक पानन्पान व्यापून राहिला आहे. भावनोत्कट कथानक स्वभावपरिपोषाच्या लाटांनी साध्याकडे झुकवीत नेण्याचे अप्रतिम कलाचातुर्य या नाटकात प्रगट झाले असून कथानक, मुख्य पात्रे, प्रसंग व विषय या सर्वांचे बेमालूम मिश्रण त्यात आढळते.

निर्दिष्ट हेतू व त्याची सिद्धी या दृष्टीने कोल्हटकरांच्या नऊ सामाजिक नाटकांचे तीन वर्ग पडतील. पहिला वळवाच्या सरीप्रमाणे ज्यात हेतु अकस्मात येऊन जातो अशा नाटकांचा, दुसरा ऊन असतानाच मधूनमधून चमकत येणाऱ्या श्रावण मासातल्या सरीप्रमाणे कथानकाच्या ओघातच ज्यातील विषय मधूनमधून डोके वर काढतो अशा नाटकांचा, आणि तिसरा ज्येष्ठातील पावसाप्रमाणे आपल्या उद्देशाने कथानक धुंद करून टाकणाऱ्या नाटकांचा. यातील पहिल्या वर्गात वीरतनय व गुप्तमंजूष, दुसऱ्यात मूकनायक, मतिविकार, प्रेमशोधन, वधूपरीक्षा व सहचारिणी, आणि तिसऱ्यांत जन्मरहस्य यांचा समावेश होतो.

गुप्तमंजूष हे नाटक एखाद्या इंद्रधनुष्याप्रमाणे आहे. स्त्रीशिक्षणाच्या विषयाचा पहिला रंग त्यातल्या पहिल्या प्रवेशाबरोबरच संपतो. ''मी बादशहा झालो तर'' या विषयावरील नाटक्याची व व्यवहारपंडिताची मनोराज्ये, विद्येच्या अभिमानाने सूड घेणाऱ्या विद्वानाने सिंहासनावरल्या राजाला जिंकण्यासाठी काढलेले 'रुग्णमार्जार'

औषध, ज्याच्या तोंडातून जन्मात एकही खरा शब्द बाहेर पडला नसेल असा वंचक, नंदिनीचे स्वयंवर ऊर्फ मूर्ख राजांचे संमेलन आणि नंदिनी व विलास यांच्या प्रेमात शृंगी व शांती या द्व्यर्थी शब्दांनी घातलेला बिब्बा इत्यादी बाकीचे रंगच त्यात ठळकपणे उठून दिसतात. प्रतीपाचे पुत्ररहस्य, विलासाचे जन्मरहस्य, कैलासनाथाचे विद्यारहस्य, सौदामिनीचे वेषरहस्य व वंचकाचे सत्यरहस्य या पाच रहस्यांमुळे हे नाटक एखाद्या पंचखाद्यासारखे झाले आहे. मतिविकार नाटक जरी स्त्रीशिक्षणावर लिहिलेले नसले तरी त्यातील "आपल्या दुर्दैवी देशात तरी विधुराला प्रेमाची तहान भागविण्याला विवाहाकडेच धाव घेतली पाहिजे असे नाही." असे उद्‌गार काढणारा व सार्वजनिक शिक्षणसंस्थेशी संबद्ध असलेल्या मनुष्याचे शील अत्यंत निष्कलंक असले पाहिजे हे तत्त्व आचरणात आणणाऱ्या मनोहराला पाहून स्त्रीशिक्षणाचा प्रश्न गुप्तमंजूषेपेक्षाही वाचकांच्या डोळ्यांपुढे स्पष्टपण उभा राहतो.

मूकनायकातील नायक-नायिका विक्रांत व सरोजिनी ही आहेत. यांचा नाटकाच्या विषयाशी संबंध येतो तो सरोजिनीच्या पणामुळे. दरिद्री विक्रांतला संभावित नकार देण्याकरिता सरोजिनी माझ्या भावाचे दारूचे व्यसन सोडवाल तरच मी तुमची होईन असा पण लावते. असल्या नाटकाचा शेवट आनंदपर्यवसायी होणे स्वाभाविक असल्यामुळे प्राणाने कुडी सोडल्याशिवाय दारू माणसाला सोडीत नाही हे भयंकर सत्य मूकनायकाच्या मांडणीत घुसडविणेच शक्य नव्हते. दारूकडे पाठ केलेला दारूबाज शरच्चंद्र तिच्या नुसत्या स्मरणाने तिच्याकडे तोंड कसे करतो व तिच्या आहारी कसा जातो हे चित्र मूकनायकाच्या दुसऱ्या अंकाच्या पहिल्या प्रवेशात दृष्टीला पडते. दुसऱ्या अंकाच्या पाचव्या प्रवेशात दारू बृहस्पतीलाही मूर्खशिरोमणी कशी बनवते व दारूच्या धुंदीत आपल्या स्त्रीच्या पातिव्रत्याचा संशय घेण्यापर्यंत त्याची मजल कशी जाते हे चित्र रेखाटले आहे. या दोन्ही प्रवेशात दारूचे अनर्थ नाटककर्त्यांनी सुंदर रीतीने दाखविले आहेत; पण नाटकातील इतर प्रवेशांच्या मानाने हे प्रवेश थोडे असल्यामुळे व नाटकाचा शेवट गोड होत असल्यामुळे वाचकाला नाटकाच्या प्रभावळीतील मुख्य मूर्ती असे ते प्रवेश वाटत नाहीत. सौम्यपणा फारसा परिणामकारक होत नाही हा नियम नाटकाच्या जगातही सत्य आहे. 'जशी व्याधी तशी औषधी' हेच खरे.

कोल्हटकरांच्या इतर नाटकांत विनोद भरपूर असला तरी प्रहसन म्हणता येईल असे एक 'सहचारिणी' च नाटक आहे. या नाटकाचे नाव 'सहचारिणी' असे गंभीर आहे; व त्यामुळे यात प्रेमविवाहाचे उत्कृष्ट परिणाम चित्रित करण्याचा वधूपरीक्षेपुढील चित्र रेखाटण्याचा-नाटककर्त्यांचा हेतु आहे असा समज होण्याचा संभव आहे. पण सहचारिणीत एका सहचारिणीपासून मूल होत नसल्यामुळे दुसरी सहचारिणी करणाऱ्या एका रंगरावाला 'आंधळा मागतो डोळा एक तर देव देतो

लाख' असा मुलांच्या बाबतीत आलेला अनुभव वर्णन केला आह. सदरहू रंगरावांना लग्नाची निमंत्रणपत्रिका पाठविताना त्यांचे मित्र त्यातील सहकुटुंब सहपरिवार हे शब्द तांबड्या शाईने आपला दस्तुरखुद्द घालून खोडण्याची काळजी बाळगीत असले पाहिजेत; कारण रंगरावांना सहकुटुंब बोलावणे म्हणजे यजमानाने 'वसुधैवकुटुंबक' वृत्तीचे होण्यासारखेच आहे. मुलांच्या शर्यतीत धृतराष्ट्राला मागे टाकण्याची उमेद बाळगणाऱ्या या वीराने एका बाबतीत तर त्याला व त्याच्या सहाशेपट पुत्रवंत असणाऱ्या सगर राजालाही चीत केलेले आहे. सगराचा काळ पुरातन ! त्यावेळी स्त्रीपुरुषांची समता कुणाच्या स्वप्नीही नव्हती; अर्थात् सगर राजाला नुसते साठहजार पुत्रच झाले. धृतराष्ट्राच्या वेळी ही कल्पना थोडी उदय पावली असल्यामुळे शंभर मुलांना एक मुलगी असे प्रमाण पडले. पण रंगराव पडले अगदी अलीकडच्या काळातले; त्यांच्या मुलांचे व मुलींचे प्रमाण अगदी सम असे आढळते. सहचारिणीत संततिवैपुल्याच्या या प्रश्नाची मनोरंजक मांडणी झाली आहे; या दृष्टीने हे नाटक संततिनियमनाला अनुकूल आहे असे म्हणता आले असते ! परंतु नाटकाच्या कथानकात एक दरोडेखोर प्रतिनायक, त्याला शोधून काढणारा एक गुप्त पोलिस नायक आणि रंगरावाची कन्या वत्सला ही नायिका अशी तीन महत्त्वाची पात्रे आली असल्यामुळे नाटकाचा उत्तरार्ध त्यांनी व्यापला आहे. मात्र एक प्रहसन या दृष्टीने हे नाटक म्हणजे सुलभ विनोदाची खाणच आहे.

३

परिवर्तनाचा विषय स्त्रीपुरषांचे समान हक्क हा आहे. मुलगा झाला की साखर वाटायची मुलगी झाली की तोंड आंबट करायचे हे हिंदू आईबापांना काही कुणी शिकवावे लागत नाही. स्त्रीच्या जन्मापासून तिच्याविषयीची ही उपेक्षा सुरू होते व तिच्या मृत्यूबरोबरच या उपेक्षेचाही शेवट होतो. आजपर्यंत तिरस्कार, अपमान, हाल, हेच दुर्दैवी हिंदू स्त्रीचे तिच्या आयुष्याच्या प्रवासातील सोबती असत. परदुःख शीतळ असते म्हणूनच रूढिराक्षसीने चालविलेला आपल्या मातांचा, भगिनींचा, पत्नींचा व कन्यांचा छळ पुरुष उघड्या डोळ्यांनी व शांत मनाने पाहू शकले. परिवर्तन नाटकात पुरुषांच्या कपाळी स्त्रियांचे सौभाग्य येताच ते त्यांना एका आठवड्यातच कसे नकोसे झाले व 'त्वयार्धं मयार्धं' करण्याच्या दृष्टीने स्वतःचे हक्क मिळविताना त्यांनी स्त्रियांना समान हक्क कसे दिले, हे मनोरंजक रीतीने वर्णन केले आहे.

शिवपावित्र्य या ऐतिहासिक नाटकाचा हेतु छत्रपतींचे विशुद्ध शील रेखाटण्याचा आहे. ऐतिहासिक नाटक म्हटले म्हणजे त्यात लढाई व खून भरपूर असले पाहिजेत; आणि प्रत्येक पानावर 'गाढवांचे नांगर' 'धिःकार' 'षंढ' इत्यादी शब्द

पेरले पाहिजेत असा पुष्कळांचा समज असतो. पण छत्रपतीच्या रणभूमीवरील विजयापेक्षा त्यांनी मनोभमीवर जुलमी राज्य करणाऱ्या मदनाला जिंकण्यात दाखविलेल्या कौशल्याला नाट्यरूप देण्यात कोल्हटकरांनी मार्मिकता व सदभिरूची प्रगट केली आहे. शिवपावित्र्याचा एकेरी वाटणारा प्रसंगही त्यांनी कल्पनेच्या धाग्यादोऱ्यांनी सजविण्याचा प्रयत्न केला आहे.

हेतुसिद्धीच्या दृष्टीने या नाटकाचा आतापर्यंत विचार झाला. पण कोणतीही कला म्हणजे काही व्यासपीठावरील पुराणिक नाही. एखादे गोड गाणे ईश्वरभक्तिपर असले तर ते इष्टच आहे; पण ते तसे नसेल म्हणून त्याची गोडी थोडीच कमी होणार आहे ! साधी साखर व देवाला नवसादाखल दिलेली साखर यात दुसरी सहेतुक असली तरी जिभेला दोन्ही सारख्याच गोड लागतात. सुगंध देणे हे फुलांचे काम आहे; त्यांच्यापासून फळाप्रमाणे गराची अपेक्षा करते हे प्रसंगी रसिकपणापेक्षा पोटभरूपणाचेच लक्षण ठरेल. केळ्याकडे पाहण्याची दृष्टी कुंदकळ्यांकडे लावून तेवढ्यावरूनच त्यांची किंमत ठरविणारा गाजरपारख्याच्या सदरात जाईल.

कला या दृष्टीने कोल्हटकरांच्या नाटकांकडे वळले की त्यांची चमत्कृतिपूर्ण, मनोरंजक व स्वतंत्र कथानके प्रथमत:च मन वेधतात. लॅम्बने 'Tales from Shakespeare' हे जसे पुस्तक लिहिले, तसे मराठी नाटककारांच्या अभ्यासी विद्यार्थ्याला 'कोल्हटकरांच्या नाट्यकथा' हे पुस्तक मोठ्या रसिकतेने लिहिता येईल. त्यांची प्रतिभा सौंदर्यशोधक व वैचित्र्यप्रधान असल्यामुळे त्यांच्या प्रत्येक कथानकसृष्टीत नवेनवे चमत्कार दृष्टीला पडतात. सामाजिक सुधारणेचे कंकण हातात बांधलेली त्यांची सौंदर्यवादी लेखणी राजकन्यांचा नूपुररव ऐकल्यावाचून संतुष्ट होत नाही. यामुळे त्यांच्या नऊ सामाजिक नाटकांचे विषय समाजाच्या जिव्हाळ्याचे असले तरी त्यातील सहांच्या सेवेला त्यांनी राजे लोकांना जुंपले आहे ! या नऊ सामाजिक नाटकात प्रजासत्ताक अशी तीनच नाटके आहेत व ती मतिविकार, सहचारिणी, आणि जन्मरहस्य ही होत. (रंगराव आपल्या प्रजेला कोणतेही हक्क द्यावयाला तयार नाही. या दृष्टीने सहचारिणीही राजसत्ताकच आहे.) राजेराण्यांचा वावर असलेल्या सहा नाटकांत 'परिवर्तना' तील राजाराणीच काय ती दुय्यम दर्जाची आहेत. बाकीच्या पाच नाटकांत नायक-नायिका ही राजपुत्र-राजकन्या अगर त्यांच्या तोलाची बडी मंडळी आहेत.

या दहा नाटकांपैकी वीरतनय, जन्मरहस्य व शिवपावित्र्य यांची कथानके बरीच साधी व सोपी आहेत. बाकीच्या सातांमध्येही दोन, तीन व प्रसंगी चार भिन्न कथाप्रवाह वाहत असलेले आढळतात. एकरंगी चित्राप्रमाणे साध्या कथानकाचे नाटक रंगविणेही सोपे असते. पण कोल्हटकरांची सात नाटके बहुधा तीन रंगी असून त्यांतल्या त्यात गुप्तमंजूष व वधूपरीक्षा यांची कथानके तर अत्यंत गुंतागुंतीची

आहेत. गुप्तमंजूषातील कथानक कल्पकता-दर्शक असले तरी त्याची रचना प्रमाणशीर नसल्यामुळे ते बेढब भासते. वधूपरीक्षेचे कथानक मात्र गुंतागुंतीचे असूनही तीन पेडांच्या वेणीप्रमाणे संमिश्र व सुंदर साधले आहे.

कथानक गुंफणे म्हणजे रेशमी महावस्त्र विणणे आहे. जिथला धागा तिथेच असला पाहिजे, कोणताही धागा मध्ये तुटता उपयोगी नाही; व एकंदर वस्त्र मोहक आणि सफाईदार झाले पाहिजे. या दृष्टीने 'मूकनायक' 'मतिविकार' 'वधूपरीक्षा' व जन्मरहस्य' यांची रचना वाखाणण्याजोगी आहे. नाटकाच्या कथानकाला चमत्कृतिपर रहस्याने अगर पात्रांच्या स्वभाववैशिष्ट्याने गती मिळत असते. पहिल्याची मूकनायक व वधूपरीक्षा आणि दुसऱ्याची प्रेमशोधन व जन्मरहस्य ही ठळक उदाहरणे होत.

कोल्हटकरांच्या नाटकांचे तुलनात्मक दृष्ट्या दोन वर्ग पडू शकतात. पहिला वर्ग पहिल्या पाच नाटकांचा असून त्याला चंद्राची उपमा शोभेल. चंद्राच्या रम्य प्रकाशाला विरळ अंधाराने जशी शोभा येते त्याप्रमाणे या पहिल्या वर्गातील नाटकांना त्यातील रहस्यामुळे येते. चंद्र प्रकाशत असतानाही आकाशात असंख्य तारका जशा चमकत असतात, त्याप्रमाणे या नाटकातील कथानके रमणीय असली तरी, त्यातल्या अनेक सुंदर कल्पना आपल्या सुगंधाने रसिकाला आपल्याकडे आकर्षित असतात. चमत्कृतिपर रहस्याचा अनेकदा वेषांतर हा आत्मा असल्यामुळे या पहिल्या वर्गातल्या प्रत्येक नाटकात तो दृग्गोचर होतो. वीरतनयात शालिनी शूरसेनाला प्रथम भेटते त्यावेळी ती पुरुषाच्या वेषात असते. शूरसेन स्वत:ची वीरसेनाचा सेनापती म्हणून तिला जशी ओळख करून देत नाही, तशी तीही आपण राजकन्या आहो, हे गुप्त ठेवते. यामुळे राजकन्या शालिनीला शूरसेन तिचा नोकर शालीन असे मानीत असतो. या रहस्यामुळे या नाटकातील पहिल्या अंकातील तिसरा प्रवेश व दुसऱ्या अंकातील चवथा प्रवेश हे चांगले रंगलेले आहेत. 'जरि वाचलो असो सदा त्वदीय संगमी' हे शूरसेनाने शालीनीला उद्देशून काढलेले उद्गार, या रहस्यामुळे वाचकांना अधिक अर्थपूर्ण वाटल्यावाचून रहात नाहीत. मालिनीने शालिनी म्हणून वीरसेनाला आपल्या प्रेमपाशात अडकविणे हे या नाटकातील दुसरे रहस्य होय. वास्तविक शूरसेन शालिनीचे पाणिग्रहण करतो तिथेच नाटकाचा शेवट होणे योग्य होते. पण इतर पात्रांची निरवानिरव करायला कादंबरीकार जसे उपसंहारात्मक प्रकरण लिहितो तसा समारोपात्मक प्रवेश काही नाटककार लिहितात. वीरतनयातील शेवटचा प्रवेश पूर्वप्रवेशाच्या मानाने असाच फिक्का आहे. नाटकाचा कळस होऊन गेल्यानंतर एखादा प्रवेश नाटककर्त्याने घातला तर तो जिलबीचा आग्रह झाल्यानंतर येणाऱ्या साध्या भाताइतकाच लोकांना आवडतो. लहानशा रहस्याच्या मठ्ठ्याची जोड या साध्या भाताला कोल्हटकर देतात; व म्हणूनच तो तितकासा नीरस वाटत नाही. अशा उपसंहारात्मक

प्रवेशांची उदाहरणे वीरतनय, मतिविकार व प्रेमशोधन यांत सापडतात. पण पहिल्यात वीरसेनाची मालिनी हीच शालिनी अशी झालेली दिशाभूल, दुसऱ्यात हरिहरशास्त्र्याने कान फुंकल्यामुळे चलबिचल पावणाऱ्या आनंदरावाची 'चक्षुर्वैसत्यम्' अशी मनोहराच्या शीलाविषयी होणारी खात्री, आणि तिसऱ्यात नंदनालाच कंदन समजून राजनिष्ठ अमात्य आपल्या राजाला करीत असलेला अडथळा यांनी नाटकातील रससागराला लागलेल्या ओहटीत भरतीचा भास दाखविण्याचा प्रयत्न केला आहे. पहिल्या वर्गापैकी मूकनायक व गुप्तमंजूष आणि दुसऱ्या वर्गापैकी सर्वच नाटके यांच्यामध्ये असला फालतू प्रवेश नसल्यामुळे त्यांचा शेवट रससंवर्धक असाच झाला आहे.

कथानकातील रहस्ये

१. वीरतनय : (१) शालिनीने शालीन म्हणून शूरसेनाशी वागणे.
(२) मालिनीने वीरसेनाला आपणच शालिनी म्हणून भासविणे.

२. मूकनायक : (१) विक्रांताने मुका सेवक म्हणून राहणे.
(२) प्रतिनायक केयूर याने बहिरा सेवक म्हणून राहणे.
(३) वेत्रिकेने प्रतोदाकडे मुद्दाम तोंड फिरवून बसणे व त्याला न ओळखणे.
(४) विक्रांताने दाढी लावून स्वतःच वृद्ध वकील म्हणून येणे,

३. गुप्तमंजूष : (१) विलास राजपुत्र असून दाईचा मुलगा म्हणून मानला जातो.
(२) सौदामिनी पुरुषवेशाने प्रतीपापाशी राहते व अध्ययन करते.
(३) सौदामिनी वेषांतर करून आपल्या मुलीच्या स्वयंवरातील पण जिंकते.
(४) दिगंबरनाथ कैलासनाथ म्हणून वावरतो.

४. मतिविकार : (१) तरंगिणी मेल्याची अफवा उठविणे व तिने कल्याणी म्हणून आश्रमात राहणे.

५. प्रेमशोधन : (१) नंदन व कंदन यांच्या रूपांतील पूर्ण साम्य.

६. वधूपरीक्षा : (१) ताईताचे व अर्थात त्रिवेणीच्या जन्माचे रहस्य.
(२) धुरंधर संस्थानिकाने ज्योतिषी म्हणून वावरणे व

आपणासारखा दिसणारा तोतया निघाल्याची अफवा उठविणे.

७. सहचारिणी: (१) गुप्त पोलीस विश्वास याने 'वसंत' हे नाव घेऊन शिक्षक म्हणून राहणे.
(२) रावजी दरोडेखोराने संस्थानिक म्हणून वावरणे.
(३) गबाळ अनंत कुळकर्णी याने फॅशनेबल मास्तर होणे.
(४) अनंतराव जनूभाऊंचा बुरखा.

८. जन्मरहस्य : (१) शूद्र रघुनाथ ब्राह्मण मानला जातो.

९. परिवर्तन : (१) धरणीकंपाचा न बसलेला धक्का व राणीचा ताईत.

या रहस्यांच्या यादीवरून कोल्हटकरांच्या चमत्कृतिप्रियतेची कल्पना तर येतेच; पण इतर अनेक विचारही मनात येतात. स्त्रियांनी पुरुषवेषात वावरण्याची शेक्सपियरची कल्पना आरंभी कोल्हटकरांची आवडती होती असे वीरतनय व गुप्तमंजूष यावरून दिसते. पण ही योजना चमत्कृतिपूर्ण असली तरी तिच्यावर अनेक आक्षेप येण्याजोगे आहेत. शालिनी पुरुषवेश घेऊन शिकारीला का जाते हे कळत नाही. तिचा पिता प्रकोप 'मी तुला पुरुषांना मात्र योग्य अशा कला शिकविल्या' (पृ. १९) एवढेच म्हणतो. मग शालिनीने वाघ पुरुषाच्या वेषाला भितो; बायकांच्या वेषाला भीत नाही हा दूरदर्शी विचार शिकारीला जाताना केला असेल तर सांगवत नाही. शालिनी बेशुद्ध पडली असताना 'वक्ष:स्थळि हे रुळती, केश घन स्वैरगति' असे शूरसेन म्हणतो. पण आपल्यापुढे एक कुमार बेशुद्ध होऊन पडला आहे या त्याच्या कल्पनेत 'या घन केशानी' केसभरसुद्धा फरक होत नाही ही आश्चर्याची गोष्ट आहे. शालिनीला पुरुषवेषात पाहताच शूरसेनाला शालिनीचा भास देखील होत नाही. याला कारण त्याची सेनापतीची धोपट दृष्टी की शालिनीचे पुरुषवेष घेण्याचे कौशल्य हे समजत नाही. गुप्त मंजूषातील सौदामिनी तर आठ-दहा वर्षांच्या मुलीची आई आहे. नाटकात बायकांची कामे पुरुष करतात; मग पुरुषांचे वेष बायकांनी घेतले तर त्यात काय बिघडले अशा विचारसरणीने पाहिल्यास यात काही वावगे नाही. पण कमीतकमी पंचविशीच्या घरात असलेल्या राणीने पती व कन्या यांना विरहाग्नीत लोटून ज्ञानगंगेत अवगाहन करण्याकरिता जाणे व एकतिसाव्या वर्षी परत येऊन आपल्या ज्ञानबळावर (निदान इतरांच्या अज्ञानबळावर) आपल्या मुलीचा पण जिंकणे आणि एकांतात ती धाय मोकलीत असताना प्रेमालाप करून तिचे सत्त्व पाहणे या साऱ्याच गोष्टी चमत्कारिक आहेत. सौदमिनीमध्ये स्त्रीसुलभ कोमलता जवळजवळ नाहीच असे

तिच्या या चरित्रावरून दिसते. चुकीच्या स्त्रीशिक्षणाने बायका पुरुषी थाटाच्या व मनोवृत्तीच्या बनतात, हा धडा फार झाले तर तिच्या या चरित्रावरून शिकता येईल.

मूकनायकातील प्रतोद-वेत्रिकेचा प्रवेश सौभद्रातल्या पर्वतावरील अर्जुनसुभद्रेच्या प्रवेशाशेजारी मांडता येईल. अर्जुनसुभद्रा एकमेकांच्या प्रियजनांची हकीगत सांगतात व मग अर्जुन आपली ओळख देतो. तसाच प्रकार प्रतोद-वेत्रिकांच्या बाबतीत झाला आहे. या नाटकात बऱ्याच वर्षांनी भेटलेल्या प्रतोदाला त्याच्या तोंडाकडे पाहताच वेत्रिका तत्काळ ओळखते (पृ. १०१) पण शरच्चंद्र आपल्याला ओळखील अशी विक्रांताला मात्र मुळीच भीती वाटत नाही (पृ. ३५) शरच्चंद्राची दृष्टी दारूने धुंद झालेली होती म्हणून हे घडून आले असेल अगर पुरुषांची दृष्टी त्यांच्या प्रेमाप्रमाणे स्थूल असते हेही त्याचे एक कारण असेल ! सहचारिणीतील अनंताचे प्रतोदाशी सहज लक्षात येण्यासारखे साम्य आहे.

जन्मरहस्याप्रमाणे गुप्तमंजूषातही जन्मरहस्य आहे; पण त्याचा परिणाम मात्र अगदी उलट होतो. विलास हा दाईचा मुलगा आहे असे समजून त्याच्यावर प्रेम करणाऱ्या नंदिनीला तो राजपुत्र ठरला म्हणून वाईट वाटण्याचे काहीच कारण नसते. पण ब्राह्मण मानला जाणारा रघुनाथ शूद्र मानला जातो तेव्हा कांतेचे मन मात्र जात आणि प्रेम यांच्या कात्रीत सापडते. कथानकातील रहस्ये ही दागिन्यांसारखी असतात. जिथला दागिना तिथेच शोभतो. नथ व सरी यांची अदलाबदल केली तर नाकाचा शेंडा सरीच्या भाराने तुटून पडेल आणि नथ नरड्यात घुसून जीव घेऊ लागेल. जन्मरहस्यांतले रहस्य कथानकाचा जीव की प्राण असून त्याला सर्वस्वी पोषक आहे. पण गुप्तमंजूषाला मात्र रहस्यांच्या अतिरेकामुळे व कृत्रिमपणामुळे बोजडपणा आला आहे. त्यातील नायकाला त्याच्या बापाने दूर ठेवण्याचे कारण ज्योतिषाने पुत्राच्या हातून तुझा अपमृत्यू आहे असे वर्तविलेले भविष्य होय. ज्योतिषाचा असाच उपयोग प्रेमशोधनमध्ये कंदनाच्या चारित्र्यक्रांतिसंबंधी करून घेतला आहे. व्यवहारापेक्षा नाटकातच फलज्योतिषाचा खरेपणा जास्ती दृग्गोचर होतो हे मात्र खरे. म्हणूनच वधूपरीक्षेतील धुरंधर जे जे भविष्य सांगतो ते ते शेवटी खरे होते.

कोल्हटकरांच्या नाटकात बुरख्याचा उपयोग दोन ठिकाणी करून घेतला आहे. एक मतिविकारात व दुसरा सहचारिणीत-मतिविकारात विहार जसा बुरखेवाली बाई बघून पाघळतो तसाच सहचारिणीत रंगरावही किंचित लघळपणा करतो. काट्याने काटा काढावा त्याप्रमाणे बुरख्याने उत्पन्न झालेला आपल्या दुसऱ्या बायकोच्या मनातील किंतू रंगराव बुरख्यानेच दूर करतो ! वधूपरीक्षेतील ताईत हा गुप्तमंजूषातील पेटीसारखा आहे. गुप्तमंजूषातील पेटी स्त्रीजातीला उचित अशा विनयाने वाटेल तिकडे भटकत बसत नाही; पण हा ताईत अनेकांच्या गळ्यात

जाऊन धुरंधर-भार्गवांसारख्या जीवश्चकंठश्च मित्रांत वितुष्ट आणतो. वधूपरीक्षेतील तोतयाच्या कल्पनेचा जन्म नाटकाच्या उत्तरार्धात रंग आणण्याकरिताच झाला आहे. बाकी तोतया सारख्या स्वरूपाचा फायदा घेऊन गादी हिरावून घेणार म्हणून स्वत:ला राजवाड्यात कारागृहाप्रमाणे कोंडून घेणे हे काही धीटपणाचे अगर व्यवहारचातुर्याचे लक्षण नव्हे. वधूपरीक्षेपासूनच कोल्हटकरांच्या नाटकांचा दुसरा वर्ग सुरू होतो. पहिल्या वर्गाशी याची तुलना केली तर साम्याप्रमाणे भिन्नत्वही बरेच आढळते. दुसऱ्या वर्गातली वधूपरीक्षा, सहचारिणी यांची कथानके रहस्यपूर्ण असली तरी नाटककर्त्याची रहस्याची पहिली आवड ओसरून मर्यादित झाली आहे असे दिसते. पहिल्या वर्गातील नाटके सुंदर कल्पनांच्या विपुलतेमुळे मध्यरात्रीच्या तारकाखचित आकाशाप्रमाणे दिसतात; तर दुसऱ्या वर्गातील नाटके पूर्वेकडे तांबडे फुटल्यामुळे ज्यातील तारकांची संख्या व तेज कमी झाले आहे अशा आकाशाप्रमाणे भासतात. वयाबरोबर विचारशक्ती वाढत जात असली तरी कल्पनाशक्तीला ओहोटी लागते हे जसे या फरकाचे एक कारण आहे, त्याप्रमाणे कलाविकासाला आवश्यक असा संयम नाटककर्त्याच्या अंगी बाणला आहे हेही त्याचे दुसरे कारण आहे. विनोदासाठी नाटक नसून नाटकासाठी विनोद असतो हे तत्त्व कोल्हटकरांनी 'जन्मरहस्य' च्या द्वारे मांडले आहे. विनोदसंप्रदायाच्या आचार्यांनीच असे प्रतिपादन करणे पुष्कळ विनोदलोलुपांना व भल्याबुऱ्या विनोदाच्या अतिरेकावरच जगणाऱ्या नाटक मंडळ्यांना पसंत पडणे शक्य नाही. सध्याचा काळ शकुंतला अश्रू ढाळीत पतिगृहाला जायला निघाली असतानाही तिथे विदूषकाने येऊन आपली कर्तबगारी दाखविली पाहिजे, अशा प्रकारचा आहे. कोल्हटकरांनी केवळ कलेची दृष्टी आपल्यापुढे ठेविली असल्यामुळे त्यांना बाजारातल्या मागणीप्रमाणे माल तयार करून देता आला नाही. त्यांची नाटके रंगभूमीच्या दृष्टीने मागे पडण्याचे हे एक प्रमुख कारण होय. त्यांच्या नाटकांच्या दोन्ही वर्गांची तुलना केली तरी पहिल्यात जो एक प्रकारचा मोहक मुग्धपणा आढळतो तो मात्र दुसऱ्यात कमी झाला आहे हे कबूल केलेच पाहिजे. पण त्याबरोबरच स्वभावरेखनकौशल्य व प्रसाद या गुणांची दुसऱ्या वर्गात वाढही झाली आहे.

या सर्व नाटकांतील प्रसंग पाहिले तर ते वसंतवायूप्रमाणे सौम्य व सौख्यप्रद आहेत असे आढळून येईल. त्यांच्या नाटकात युद्ध आढळते ते विचारांचे; आणि त्यात पराजय होतो तो रूढीचा. राक्षसी महत्त्वाकांक्षा हे नाटक मराठी रंगभूमीवर आल्यापासून वाघाप्रमाणे तिलाही रक्ताची चटक लागली आहे व त्यामुळे असंबद्ध विनोदाइतकेच भडक प्रसंगांचे मराठी रंगभूमीवर सध्या मोठे प्रस्थ माजले आहे. गडकऱ्यांसारख्या पहिल्या दर्जाच्या नाटककारालाही भडकपणाच्या जाळ्यातून सुटता आले नाही, हे प्रेमसंन्यास व पुण्यप्रभाव या दोन नाटकांतील मुख्य प्रसंग

पाहिल्यास सहज ध्यानात येईल. आमची सध्याची सामाजिक नाटके पिस्तुलावाचून अगर दरोडेखोरावाचून एक अंकभर देखील काळ कंठू शकत नाहीत; उलट कोल्हटकरांच्या राजांनी भरलेल्या नाटकातही तरवारीला म्यानाची सुखशय्या सोडण्याचा प्रसंग क्वचित् येतो.

खाडिलकर व गडकरी यांच्या प्रसंगांकडे पाहिले तर ते कोल्हटकरांच्या मानाने अधिक उत्कट, नाट्यपूर्ण व चर्मचक्षूंनाही पटणारे असतात. कोल्हटकर हृदयाच्या आकाशात चमकणारे सूक्ष्म रंग रंगवितात, पण ते मार्मिक दृष्टीच्या प्रेक्षकांशिवाय इतरांच्या नजरेत भरू शकत नाहीत. प्रसंगाचा गहिरेपणा अगर उत्कटपणा हे रंगभूमी जिंकण्याचे एक प्रमुख साधन असते व त्याचा खाडिलकर-गडकऱ्यांनी मनमुराद उपयोग करून घेतला आहे. उदाहरणार्थ मूकनायक व मानापमान आणि प्रेमशोधन व पुण्यप्रभाव यांची तुलना केली असता चालेल. वरेरकरांनी मानापमान हा मूकनायकाचा मुलगा असल्याचे पूर्वीच जाहीर केले आहे. तो मुलगा असो वा नसो; पण मूकनायकाशी त्याचे अगदी जवळचे नाते आहे हे मात्र निश्चित आहे. मूकनायकातील सरोजिनी विक्रांतला एक अकिंचन सेवक म्हणून व त्याच्याशी लग्न करणे म्हणजे मूर्तिमंत दारिद्र्याला वरणे होय असे मानून वाटाण्याच्या अक्षता लावते. मानापमानातील भामिनी ही ''धनी मी पति वरिन कशी अधना'' हे उद्गार काढून धैर्यधराच्या तरवारीची सवत होण्याचे नाकारते ! सुंदर संभाषणे, मुग्ध तरुणतरुणींचे अल्लड भाव, सुसंस्कृत कोटिक्रम इत्यादी गुणांमुळे मूकनायकातील सदरहू प्रवेश (अंक एक, प्रवेश चार) अत्यंत सरस वठला आहे. विक्रांताची सकृद्दर्शनी वेड्यात गणना करणारी सरोजिनी शरच्चंद्राचे मद्यपानाचे व्यसन सोडविण्याचा पण लावून त्याची रवानगी करते; पण 'अहा जडली । दर्शनयोगे ही । नव चिंता हृदयाठायी ।।' म्हणून त्याच्यासाठी वेडी होते. वैभवाच्या मुलाम्यापेक्षा प्रेमाचे बावनकशी सुवर्णच पुढे सरोजिनीला आवडू लागते. पण ही तिच्या मनाची उत्क्रांती विविध प्रसंगांच्या द्वाराने कोल्हटकरांनी रेखाटली नाही; उलट खाडिलकरांनी भामिनीला रणांगणावर नेऊन व धैर्यधराचे शौर्य तिच्या दृष्टीला पाडून रत्नांच्या पाण्यापेक्षा तरवारीचे पाणी तिला जास्ती आवडू लागल्याचे दाखविले आहे. विक्रांताला वैभवामुळे झिडकारणारी कोल्हटकरांची सरोजिनी पुढे एकदम दृष्टीला पडते ती ''अवचित गेले किंकरकरि मी'' असे म्हणत असलेली. तिचा व तिच्या भाच्याचा प्रवेश तिचे मुग्ध स्थितीतील प्रेम दाखविण्याच्या दृष्टीने काव्यमय आहे. पण त्यातही प्रेक्षकांचे डोळे आकर्षून घेणारे असे काहीच नाही. वाचकांच्या हृदयसागराला नाचविणारी काव्यचंद्रिका मात्र आहे. खाडिलकरांनी भामिनीच्या नकाराला धैर्यधराकडून ''धि:कार मन साहिना'' असा उलट नकार देऊन गरिबांच्या स्वाभिमानी अंत:करणाला गुदगुल्या केल्या

आहेत; पण कोल्हटकरांनी सरोजिनीच्या वैभवाच्या लालसेचा प्रश्न पुढे जवळ जवळ सोडून दिला आहे. तिच्या वैभवाच्या उद्‌गारांबद्दल विक्रांताला चीड आलेली किंवा त्याबद्दल त्याने तिच्या डोळ्यांत अंजन घातलेले मुळीच दिसून येत नाही. खाडिलकरांनी डोळ्यांवर वैभवाचा धूर आलेली भामिनी पहिल्या अंकाच्या शेवटी दाखवून तिसऱ्या अंकाच्या शेवटी धैर्यधराने झिडकारल्यामुळे "अजि टाकु गडे धनवेषा" हे उद्‌गार त्याच डोळ्यांतून पाणी गाळीत काढणारी भमिनी दाखविली आहे. या विरोधी प्रसंगांचा प्रेक्षकांच्या मनावर मोठा परिणाम होतो; तसा व्यवस्थित विरोध व वैभवाच्या प्रश्नाच्या उलट्या-सुलट्या बाजू मूकनायकात नाहीत. मूकनायकातील यापुढचा प्रसंग म्हणजे राजाने हद्दपार केल्यामुळे विक्रांत सरोजिनीचा निरोप घ्यावयाला येतो हा होय (अंक ३, प्र.१). या प्रवेशाचा पूर्वार्ध; पार्श्वभूमी, स्थळ, काल इत्यादी दृष्टींनी इतका काव्यमय आहे की, मराठी नाटकातील अत्युत्कृष्ट काव्यात्मक प्रवेशांत या भागाची गणना करावी लागेल. याच्याशी समांतर असा मानापमानातील चांदाचा प्रवेश आहे. पहिल्या अंकात वैभवाने धुंद झालेली जी भामिनी धैर्यधराला आपला हुजऱ्याही करायला तयार नसते, तीच या प्रवेशात त्याचे चढाव मोठ्या प्रेमाने पुशीत असल्याचे दृश्य दाखविले आहे. "चांभाराच्या देवाला खेटराची पूजा" या व्यावहारिक न्यायाने वैभवाच्या धुंदीची संभावना करण्यासाठीच खाडिलकरांनी ही काव्य सौंदर्याशी विसंगत अशी चढावांची योजना केली असावी. कदाचित जोडा जमण्याची सुरुवात जोडा पुसण्यापासून व्हावी हेही त्यांना सूचित करावयाचे असेल. त्यांचा हेतू काहीही असला व काव्यदृष्टीने भामिनीने चढाव पुसणे हे कसेसेच दिसत असले तरी परिणामाच्या दृष्टीने हा प्रसंग अत्यंत यशस्वी होतो. पूर्वी ज्याच्या गळ्यात माळ घालायला भमिनी तयार नव्हती त्याच्याच पायांतले जोडे ती पुसते ही क्रांती प्रेक्षकांच्या हृदयपटलावर कोरली जाते. उलट मूकनायकात सरोजिनीचे प्रेमवश मुग्ध मन "अलि धावुनिया सोत्कंठ कुसमा येई वनी" या पद्यात अत्यंत बहारीने रेखाटले असूनही प्रत्यक्ष डोळ्यांना जाणवणारा विरोधी प्रसंग नसल्यामुळे तो प्रवेश इतका परिणामकारक वाटत नाही. खाडिलकरांनी 'वैभवाच्या धुंदी' चे केंद्र निश्चित करून त्याभोवती धैर्यधर-भामिनी यांना फिरावयाला लावले आहे व उत्कट विरोध दाखवणारे प्रसंग घालून परिणाम साधला आहे. कोल्हटकरांनी वैभवाच्या कल्पनेचा प्रसंगांच्या द्वाराने विस्तार मुळीच केला नाही; उलट त्या कल्पनेइतकेच किंबहुना तिच्यापेक्षाही जास्ती मद्यपानाच्या व्यसनाच्या पणाला महत्त्व दिले. पण हा पणही काही शेवटच्या प्रवेशापर्यंत केंद्र-बिंदू राहत नाही. त्यामुळे विक्रांताला ओठांतून शब्द न काढण्याचे सोंग टाकून हनुवटीला पांढरी दाढी लावावी लागते. चमत्कृतीचा आत्मा कायम असल्यामुळे नाटकाचा जरी संपूर्ण रसभंग होत नाही तरी हा प्रसंग

कथानकाच्या केंद्रातून उत्क्रांत झाला आहे असे वाटत नाही. मानापमानाचा मालमसाला मुख्यत: मूकनायकातच सापडतो हे खरे. काव्यमय प्रसंग, कल्पकता, उत्कृष्ट कोटिक्रम, स्वाभाविक व सुंदर विनोद या सर्वांचा सुंदर मिलाफ या दृष्टीने मूकनायक नाटक, एक रम्य नाटक आहे. पण एकाच मध्यवर्ती कल्पनेचा परिणामकारक विस्तार, उघड्या डोळ्यांना सहज दिसणारे उत्कट प्रसंग व त्यांचे काव्यापेक्षा व्यवहाराच्या दृष्टीने केलेले नाट्यपूर्ण रेखाटन इत्यादी गोष्टी त्यात आढळणार नाहीत. त्या खाडिलकरांच्याच नाटकात आढळतात व रंगभूमीवरील लोकप्रियता याच गुणावर नेहमी लुब्ध होते.

प्रेमशोधन व पुण्यप्रभाव यांची तुलना केली तर हेच सत्य पुन्हा दृष्टीला पडते. पुण्यप्रभावाचा मध्यबिंदू जो वृंदावन त्याची कल्पना प्रेमशोधनमधील कंदन या पात्रावरून सुचलेली आहे. त्या नाटकाची छाप मुख्य पात्रावरच पडून राहिली नाही तर कंदनाचा नोकर तडाग, कंदन वृंदावन होताच, कंकण बनला आहे. कंदन इंदिरेमुळे व वृंदावन वसुंधरेमुळे शुद्ध होतो. साहसी पुरुषसिंह या दृष्टीने कंदन वृंदावनापेक्षा श्रेष्ठ आहे. पण नंदनाला वार करणे व त्याच्या पलंगावर त्याच्या जागी आपण येऊन निजणे या अपकृत्यांखेरीज कंदनाचा दुष्टपणा प्रेक्षकांच्या नजरेला पडत नाही. उलट वृंदावन वसुंधरेच्या-प्रत्यक्ष मातेच्या डोळ्यांसमोर तिच्या दिनाराचा वध करतो. असा वृंदावन एका घटकेत निवळणे, वसुंधरेने अंतरात्म्यात सुप्त असलेल्या परमात्म्यावर भरिभार घालून त्याला माळ घालण्याकरिता शृंगारमहालात जाणे या गोष्टी कितीही कृत्रिम असल्या तरी भडक रंगामुळे त्या लोकांना आवडतात. उलट इंदिरेवरील प्रेमामुळेच तिच्यावरील आपला हक्क सोडणारा कंदन, तिच्या पायांचे चुंबन घेण्याची त्याची इच्छा व त्याच्या स्वार्थत्यागामुळे गहिवरून आसवे पुशीत जाणारी इंदिरा, ही सर्व खरीखुरी वाटली तरी प्रेक्षकांच्या हृदयाला किंचित् हलवितात; मात्र धरणीकंपासारखा धक्का देत नाहीत.

देव्हाऱ्यात एकच देव असला म्हणजे त्याची सांगोपांग पूजा होते व ध्यान करताना डोळ्यांपुढे एकच मूर्ती उभी राहते. पण देव्हाऱ्यात अनेक मूर्ती असल्या की ध्यानामध्येही विक्षेप उत्पन्न होतो. कोल्हटकरांच्या नाटकांचा प्रकार काहीसा असाच झाला आहे. स्वातंत्र्य व वैचित्र्य हे त्यांच्या प्रतिभेचे दोन पंख आहेत. त्यांच्या साहाय्याने ती आकाशातील तारकारत्ने सहज आकळू शकते. पण याच पंखांमुळे तिला आकाशात स्वच्छंद भराऱ्या मारता येतात आणि अनंत अवकाशात रेखीव मार्ग नसल्यामुळे पुष्कळ वेळा ती मार्ग सोडून स्वैर संचार करते. पृथ्वीवरील माणसांप्रमाणे खाडिलकरांची नाटके नाकासमोर एकाच मार्गाने जातात व त्यामुळे नाट्यविषयाला परिपोषक अशा प्रसंगांच्या रसपूर्ण विस्ताराकडे त्यात बुद्धिपूर्वक लक्ष दिलेले आढळते. पण सिंदबाद खलाशाला सापडलेल्या रत्नमय गुहेप्रमाणे

कोल्हटकरांच्या प्रतिभेला प्रसंगवैचित्र्याचे इतके जडजवाहिर आढळते की त्यांची उठावदार रचना करण्याची ती पर्वाच करीत नाही. मूकनायकात विक्रांत सरोजिनीची पहिली भेट होऊन, विक्रांत पण पार पाडण्यासाठी जो तिचा निरोप घेतो, तो पण सिद्धीला जात नाही म्हणून तिचा कायमचा निरोप घ्यावयाला आलेला पुन्हा दिसतो. मध्यंतरी त्यांची प्रेमकलिका विकसित झालेली आहे, पण तो विकास दाखविणारा दोघांचा एकही संवाद अगर प्रसंग नाही. याला कारण प्रतोद-वेत्रिका यांचे दुसऱ्या अंकात मुख्यपद पावलेले उपकथानक हेच होय. गुप्तमंजूषात तर एकापाठीमागून एक असे इतके विविध प्रसंग येतात की, त्यात नाटकाच्या मध्यबिंदूचा पत्ताच लागत नाही. शेक्सपीअरच्या Winter's Tale प्रमाणे यात दोन अंकांच्या दरम्यान काही वर्षांचा अवधी जात असल्यामुळे प्रसंगांचे स्वैर वैचित्र्य कळसालाच पोचले आहे. एक रस अगर एक सूत्र यांच्या भोवती नाटकातले प्रसंग खेळविले तरच ते परिणामकारक होतात. पण डोंगरावर आपटल्यामुळे नदीचा प्रवाह जसा द्विधा होतो त्याप्रमाणे दोन अगर तीन कथानके जोडीने चालू लागली की, वाचकांचीही त्रेधाच होते. कळसाला शोभेल असाच खालचा मंदिराचा भाग असणे इष्ट असते. पण गुप्तमंजूषाप्रमाणे मतिविकार, वधूपरीक्षा, सहचारिणी इत्यादी नाटकांतही रात्र थोडी आणि सोंगे फार अशीच कथानकातल्या दुव्यांची व प्रसंगांची स्थिती आढळून येते. वैचित्र्य हा जो कोल्हटकरांचा मुख्य गुण आहे त्यातूनच एकाग्रता व उत्कटता यांचा अभाव हा त्यांचा मोठा दोष उत्पन्न झाला आहे. तो त्यांच्या वाङ्मयदृष्ट्या अत्यंत उच्च दर्जाच्या झालेल्या कृतींतही आढळतो. वैचित्र्याला स्वाभाविकच भावनेपेक्षा कल्पकतेची जोड असावी लागते. कल्पकता मेंदूच्या द्वाराने हृदयावर परिणाम करते; पण भावनेला कुठल्याच मध्यस्थाची जरुरी लागत नाही. यामुळे त्यांच्या वधूपरीक्षा व जन्मरहस्य या नाटकांखेरीज इतर सर्व नाटकांचे शेवट कुतूहलजनक आहेत; पण भावनोत्कट नाहीत. नाटकाचा अंत भावनापूर्ण असल्यास त्याचा मनावर कायमचा ठसा उमटतो. तो नुसता चमत्कृतिपूर्ण असला तर सामान्य जनसमूह एक गंमतीचे कोडे याच दृष्टीने त्याच्याकडे पाहतो.

४

अतिशय कमी पात्रे असलेले जन्मरहस्य व अतिशय जास्ती पात्रे असलेले गुप्तमंजूष अगर सहचारिणी असली नाटके लिहून साधनांच्या बाबतीत काटकसर व उधळपट्टी ही दोन्ही आपण करू शकतो हे कोल्हटकरांनी दाखविले आहे. अवघ्या सात कौटुंबिक पात्रांवर जन्मरहस्य नाटकाचे कथानक उभारून त्यांनी आपले रचनाचातुर्य जसे प्रगट केले आहे, तसेच पुष्कळ पात्रे असली तरी प्रत्येकाच्या

धाग्यादोऱ्यांनी कथानकाचे जाळे आपण विणतो हे वधूपरीक्षेत त्यांनी दाखविले आहे. खाडिलकरांचे मेनका हे नाटक अष्टपात्रात्मक आहे; पण त्यात जन्मरहस्याच्या कथानकासारखी उत्क्रांती नाही. गडकऱ्यांच्या पुण्यप्रभावात पात्रांची भरती आहे; व तिला केवळ खोगीरभरतीच म्हणता येणार नाही. पण वधूपरीक्षेइतकी पुण्यप्रभावातील सर्व पात्रे कथानकाशी सुसंबद्ध नाहीत. बुरख्यासाठी दामिनी घालावी लागली, दामिनीला बुरखा देण्यासाठी तिचा संशयी नवरा सुदाम निर्माण करावा लागला, आणि असल्या संशयी नवऱ्याची बायको वसुंधरेपाशी ठेवण्यासाठी सुदामाचा दोस्त कंकण जन्माला आला, अशी त्यातील विनोदी पात्रांची कुळकथा आहे. एका बुरख्याच्या जोरावर नाटकाचे जवळ जवळ एकतृतीयांश अंग त्यातील विनोदी पात्रे बळकावून बसली आहेत. वधूपरीक्षेतील खंडेराव, श्रीपती, म्हाळसा या तिन्ही विनोदी पात्रांचा कथानकाच्या प्रवाहाच्या प्रत्येक वळणाशी निकटचा संबंध आहे. गुप्तमंजूष व सहचारिणी या नाटकात मात्र पात्रे वाजवीपेक्षा जास्ती व कित्येक वेळा प्रसंगापुरती आणलेली (अंगराज, वंगराज वगैरे 'ग' ची बाधा असलेले गुप्तमंजूषातील राजे व सहचारिणीतील मुलामुलींचा मेळा) अशी आहेत.

कोल्हटकरांच्या पुरुषापात्रांपैकी कंदनाचे स्वभावचित्र सर्वांत उत्कृष्ट साधले आहे. त्याची साहसी वृती व तिला प्रेमाच्या भावनेने प्राप्त झालेली त्यागदृष्टी ही सर्व योग्य प्रमाणात प्रेमशोधनात प्रतिबिंबित झाली आहेत. इंदिरेवरील आपला हक्क सोडण्याचा न भूतो न भविष्यति असा स्वार्थत्याग तो ज्या प्रवेशात करतो (अंक ५, प्र. २) त्यातील करुणरस जितका सात्त्विक तितकाच हृदयभेदक आहे. इंदिरेच्या अर्धवट उत्तराने क्षणात कंदन सुखाच्या लाटेवर चढतो तर क्षणात दुःखाच्या रखरखीत वाळवंटावर येऊन पडतो. कंदनाच्या वर्गात घालता येईल असा दुसरा कोल्हटकरांचा नायकच नाही. विक्रांत (मूकनायक), धुरंधर (वधूपरीक्षा) व रघुनाथ (जन्मरहस्य) यांना एका सूत्रात गुंफिता येईल. यांची स्वभावचित्रे ठळक आहेत. तरुण प्रणयीजनांत आढळून येणारा अल्लडपणा त्यांच्यात वास करीत आहे. पण विक्रांत व धुरंधर यांचे वेषांतर वधूपरीक्षणार्थच असल्यामुळे कल्पनारम्य प्रेमाखेरीज त्यांच्या इतर गुणांना नाटकात प्रगट व्हावयाला फारसा अवसरच मिळत नाही. धुरंधरावर निदान खुनाचा आरोप तरी येतो व त्यामुळे त्याच्या तेजाच्या छटा दृग्गोचर होतात. रघुनाथ मात्र पितृवचन पाळण्यासाठी आपल्या प्रेमाची आहुती देणारा, जन्मदात्या मातेच्या संतोषासाठी वनवास पत्करायला तयार झालेला असा दाखविला आहे. प्रणयाचा अल्लडपणा, उत्कटपणा व थोडाफार अविचारीपणा हेच या नायकांच्या चित्रामधील मुख्य रंग होत.

यानंतरचा वर्ग म्हणजे शूरसेन, मनोहर, नंदन व शिवाजी या नायकांचा होय. विक्रांताच्या वर्गात तरुण हृदयाचे मुग्ध चित्र कवींनी रेखाटले आहे, आणि या

वर्गात त्याच हृदयाच्या दैवी संपत्तीचे आविष्करण केले आहे. शूरसेनाचा धीरोदात्त स्वभाव, मृतपत्नीविषयीचे त्याचे उत्कट प्रेम, त्या प्रेमाच्या दिग्दर्शनानेच नाटकाला व त्याच्यावरील अहेतुक संकट परंपरेला झालेला प्रारंभ व शालिनासारख्या सामान्य तरुणाविषयी त्याला वाटणारा असामान्य स्नेहभाव यांमुळे वीरतनयाचे वातावरण अत्यंत पवित्र वाटते. शालिनीला शूरसेनाच्या प्रेमाचा कुंकमतिलक लावण्याची संधी देताना मात्र कर्त्यांनी त्याच्या उदात्त स्वभावाला गालबोट लावले आहे. हा दोष वगळल्यास शूरसेन बाह्यत: इंद्रधनुष्य घेऊन शरधारांचा वर्षाव करणाऱ्या पण अंतरी लुप्त झालेल्या चपलेचे चिंतन करणाऱ्या मेघाप्रमाणे उदास-रमणीय दिसतो. मतिविकारातील 'मनोहरा'चे नाव तर अंतर्बाह्य सार्थ आहे. ''या आपल्या दुर्दैवी देशात तरी विधुराला प्रेमाची तहान भागविण्याला विवाहाकडेच धाव घेतली पाहिजे असे नाही.'' (पृ. १८) हे त्याचे उद्गार आजच्या हिंदी राष्ट्राने हृत्पटलावर कोरून ठेवण्यासारखे आहेत. समाजसेवकाचे शील किती निष्कलंक असले पाहिजे याचा उत्कृष्ट आदर्शच 'मनोहरा'च्या रूपाने कोल्हटकरांनी पुढे मांडला आहे. प्रेमशोधनमधील नंदन विशेष तेजस्वी नसला, तरी प्रेमळ व मनोनिग्रही आहे. एक बायको जिवंत असली तरी दुसरी करण्याची पुरुषांना परवानगी असतानाही त्याला टाकून बोलणाऱ्या मोहिनीच्या मनाखातर तो एकलकोंडे आयुष्य कंठीत असतो. आपल्या जीवावर उठलेल्या कंदनाला भ्रातृप्रेमाने तो जीव की प्राण मानतो. इंदिरेच्या प्रेमपाशात मन गुरफटले असतानाही कंदन-इंदिरेच्या विवाहाला तो संमती देतो. सारांश, प्रेमळपणा व वैराग्य यांचे गोड मित्रण त्याच्या ठिकाणी तो संमती देतो. सारांश प्रेमळपणा व वैराग्य यांचे गोड मिश्रण यांच्या ठिकाणी आढळते. पुराणांतरी, मदन त्रास देऊ लागल्यामुळे त्याला शिवाने जाळला अशी कथा आहे. पण 'शिवपावित्र्या'त तो शिवाला त्रासही देऊ शकत नाही हे महाराष्ट्राला भूषणभूत असे दृश्य रेखाटले आहे.

याखेरीज केवळ नावाच्या नायकांचा एक वर्ग करता येईल. असे नायक म्हटले म्हणजे विलास (गुप्तमंजूष) चकोर (मतिविकार), विश्वास (सहचारिणी) व शशांक (परिवर्तन) हे होत. सहचारिणी व परिवर्तन यांची रचना हास्यरसाला पूर्णपणे पोषक अशा कथानकांवरच केली असल्यामुळे व साम्यविरोधपूर्ण अशा पात्रांच्या अनेक जोड्या त्यात असल्यामुळे अविभक्त कुटुंबाप्रमाणे त्यांतील नायक विशेष ठळकपणे उठून दिसत नाहीत. विलास व चकोर या नायकांना नाटकात उघड दुय्यम स्थान प्राप्त झाले आहे. सवडीनुसार मधून येणे व आपल्या प्रेमाची हालहवाल प्रेक्षकांना सांगणे एवढेच त्यांचे काम दिसते. या नावाच्या नायकवर्गात शूरसेन वर्गाचा धीरोदात्तपणा फारसा नाही, एवढेच नव्हे तर तर विक्रांतवर्गाची प्रणयोत्कटताही नाही. महाराष्ट्रात सध्या ज्याप्रमाणे कित्येकांना अकारण नायकत्व मिळालेले आहे, तसेच या लोकांना नाटकात ते लाभलेले आहे. कोल्हटकरांच्या नायकांत सरसकट

पाहिले तर प्रेमळता आहे, पण तेज त्या मानाने अगदीच कमी ! त्यांच्या सर्व सामाजिक नाटकांचे साध्य नायक-नायिकांचा विवाह हेच असल्यामुळे प्रणयी नायकांची विविधता त्यांच्या नाटकात थोडीफार आहे, पण पुरुषसुलभ गुणांची उत्कटता मात्र त्या प्रमाणात आढळत नाही. त्यांची सौंदर्यवादी दृष्टी, त्यांच्या नाटकांचे काव्यमय वातावरण व त्यांच्या कथानकाचे चमत्कृतिजनक वैचित्र्य या तिन्हींचा परिपाक त्यांच्या नायकांच्या सौम्यपणाला व एका दृष्टीने त्यांच्या पराक्रमाच्या अभावाला कारणीभूत झाला आहे. संस्कृत नाटकांतील नायकांप्रमाणे त्यांचे नायक 'प्रणयरंगासवे' वाहत जाणारे, बहुधा उदात्त शीलाचे, पण दुर्बळ वाटतात. त्यांना पाहताच पुरुषसिंह हा शब्द जिभेवर येतच नाही.

कोल्हटकरांच्या नायिकांपैकी सरोजिनी व इंदिरा यांची चित्रे, पहिली उपवनलता व दुसरी वनलता असूनही सारखीच हृदयंगम वठली आहेत. इंदिरा डोळ्यांपुढे येताच शकुंतला व मिरांडा या दोन पौर्वात्य व पाश्चिमात्य कविकुलगुरुंच्या नायिकांची आठवण झाल्यावाचून राहत नाही. सरोजिनीत स्त्रियांची वैभवलालसा व त्यांच्या हृदयातून वाहणारा प्रेमनिर्झर यात दुसऱ्याचीच सरशी कशी होते हे त्यांनी दाखविले आहे. इंदिरा सरोजिनीइतकीच मुग्ध, मोहक असून प्रेमळपणात तर ती तिलाही मागे टाकते. या दोन स्वभावचित्रांत कोल्हटकरांची सौंदर्यसृष्टी अवतरली आहे असे म्हणावयाला हरकत नाही. इंदिरा कंदनाला लग्न झाल्यावर हिरकणी खाऊन प्राणत्याग करीन असे जे सांगते त्यामुळे तिच्या उदात्तपणाला थोडा कमीपणा येतो. सरोजिनीसारखाच तिचा स्वार्थत्याग दाखविला असता तर नाटकाच्या शेवटी किंचित फिके भासणारे तिचे चित्र पूर्ववत उज्ज्वल राहिले असते.

यानंतरची जोडी शालिनी (वीरतनय) व त्रिवेणी (वधूपरीक्षा) ही होय. पहिल्या जोडीपेक्षा हिच्यात सौंदर्याची कळा कमी आहे, पण वल्लभासाठी प्राणत्याग करण्याइतक्या उत्कट प्रेमामुळे त्यांचे चित्र रमणीय झाले आहे. त्यांची वृत्ती काव्यमय नाही असे नाही. पण सरोजिनी व इंदिरा या आकाशगंगा भासतात आणि शालिनी, त्रिवेणी-पृथ्वीतलावरील गंगेप्रमाणे वाटतात. यानंतरच्या वर्गात सरस्वती (मतिविकार), उषा (सहचारिणी) कांता (जन्मरहस्य), व हसीना (शिवपावित्र्य) यांचा समावेश करता येईल. त्यांच्यात कोमलतेबरोबरच एक प्रकारचा गोड उच्छृंखलपणा आढळतो. सरस्वतीचा पती वृद्ध असल्यामुळे तिचा उच्छृंखलपणा भलत्याच थराला जाऊन पोचतो हा भाग निराळा. या वर्गातील नायिकांची यमुना नदीशी तुलना करता येईल. नदी या नात्याने यमुनेत व गंगेत फारसे अंतर नाही. पण शालिनी-त्रिवेणीप्रमाणे या नायिकांचा सात्त्विकपणा संथ नाही, त्यात मधूनमधून स्वच्छंदीपणाच्या लहान लाटा उठतात व त्या तरंगांमुळेच त्यांचे अंतरंग जास्ती खुलून दिसते. वेत्रिकेसारख्या पूर्णपणे उपनायिका असलेल्या

पात्रांचीही गणना याच वर्गात करता येईल. या वर्गातील कांतेचे स्वभावचित्र फार बहारीचे असून प्रेमळ पण कठोर, मृदू परंतु हट्टी, असे विरोधी रंग तिच्यात आढळतात. स्त्रीस्वभावाचा हा एक उत्कृष्ट नमुना आहे. या वर्गाला मूळ सुरुवात वेत्रिकेने केली. वरेरकरांच्या 'मंजिरी' 'दुलारी' वगैरे पात्रांवर वेत्रिकेची छाप आहे. गडकऱ्यांची 'लतिका' ही याच वर्गात येईल.

सौदामिनी, नंदिनी (गुप्तमंजूष), चंद्रिका (मतिविकार), वत्सला (सहचारिणी) व सुधा (परिवर्तन) आदिकरून बाकीच्या नायिका त्या मानाने वैशिष्ट्यहीन आहेत. त्या कथानकाला रंगवीत नसून कथानकच त्यांना थोडेसे रंगविते.

कोल्हटकरांच्या खलपुरुषांकडे (Villains) वळले तर 'यगो' हूनही पाषाणहृदयी दुष्ट पात्र निर्माण करण्याच्या नादाला ते कधीच लागले नाहीत असे दिसून येईल. ज्या सात्त्विक प्रवृत्तीमुळे त्यांचे नायक फिक्के भासतात त्याच प्रवृत्तीमुळे त्यांचे प्रतिनायक स्वाभाविक झाले आहेत. प्रतिनायक म्हटला की खून हा त्याच्या तळहाताचा मळ असला पाहिजे अगर व्यभिचाराच्या गोष्टीवाचून त्याने आपले पाऊलही उचलता कामा नये असली भडक कल्पना त्यांच्या नाटकात सहसा आढळून येत नाही. त्यांचा प्रतिनायक दुष्ट असला तरी मनुष्यच असतो, रावण व कंस हे ज्याच्यापुढे देव शोभतील असा राक्षस नसतो. शुंभसेन (वीरतनय), केयूर (मूकनायक), पार्थिव (वधूपरीक्षा), शंभूजी (शिव पावित्र्य), हे त्यांचे प्रतिनायक संस्कृत नाटकातील पद्धतीचे आहेत. दुष्टपणा, मूर्खपणा व भित्रेपणा या त्रिकूटाच्या पोटी त्यांचा जन्म आहे. प्रत्येकात या तीन गुणांचे प्रमाण मात्र अगदी भिन्न आहे. पण यांपैकी ज्याला काळीजच नाही असा दुष्ट मात्र कोणी नाही. गुप्तमंजूषातील कैलासनाथाचा दुष्टपणा सद्‌हेतुप्रेरित आहे. विद्येचे महत्त्व पटविण्याचा त्याचा मार्ग चुकीचा आहे एवढेच. सहचारिणीतील रावजी हा दरोडेखोर असल्यामुळे त्याला शोभणारे सर्व गुण त्याच्या अंगी आहेत. या सर्वांपेक्षा मतिविकारातील हरिहरशास्त्री हे पात्र अत्यंत दुष्ट आहे. नाटकातील प्रत्येक स्त्रीचा हात धरण्यात याचा हातखंडा असून सदसद्‌विवेकबुद्धी अगर भित्रेपणा यांचा त्याच्यात पूर्ण अभाव आहे. स्वभावदृष्ट्या कमलाकराचा हा बाप आहे (बाकी भडकपणाच्या दृष्टीने कमलाकरच याचा बाप शोभेल) एवढे सांगितले असता पुरे होईल. कोल्हटकरांनी या शास्त्र्याच्या काळ्या रंगाला थोडासा उजाळा दिला असता तर त्यांची प्रतिनायकसृष्टी निरपवादपणे स्वाभाविक ठरली असती.

शारदेतील 'प्रत्येक पुरषाला स्त्री ही पाहिजेच' या भुजंगनाथी सिद्धांताप्रमाणे 'प्रत्येक नाटकात दुष्ट पात्र हे पाहिजेच' असे कित्येक नावाजलेल्या नाटककारांचेही ठाम मत दिसते. दुष्ट पात्र आणले की भडक प्रसंग रंगविण्याची चिंता करण्याचे कारण नसते, हेच दुष्ट पात्राच्या अपरिहार्यत्वाचे कारण दिसते. पण कोल्हटकरांनी

प्रेमशोधन, जन्मरहस्य व परिवर्तन ह्या नाटकांची उभारणी कलिपुरुषावर बहिष्कार घालूनच केली आहे. (वधूपरीक्षा देखील याच सदरात मोडेल. कारण त्यातील प्रतिनायक पार्थिव जवळजवळ दुष्ट नाहीच म्हटले तरी चालेल.) प्रेमशोधनात कलिपुरुष हाच नायक असल्यामुळे व त्याचे शुद्ध होत जाणारे चरित्र हाच नाटकाचा विषय असल्यामुळे दुष्ट पात्र घालणे शक्यच नव्हते. या दृष्टीने प्रेमशोधन 'मॅकबेथ' सारखे आहे. पहिल्यातील नायकाची क्रमाक्रमाने उन्नती होते तर दुसऱ्यातील नायकाचा क्रमाक्रमाने अध:पात होतो. पण नाट्यदृष्टीने दोघांची स्थाने सारखीच आहेत. जन्मरहस्यात कौसल्येचा कांतेविषयीचा मत्सर व मालतीचे उद्धवाविषयीचे प्रेम या अमूर्त विकारांनीच कलिपुरुषाचे काम करून नाटकातील दु:खपर्यवसन घडवून आणले आहे. परिवर्तनाला तर याही गोष्टींची जरूर लागत नाही. कलिपुरुष नसूनही कला या दृष्टीने या नाटकांची मांडणी व्यवस्थित आहे, ही लक्षात घेण्याजोगी गोष्ट आहे.

दुष्ट पात्राचा हस्तक म्हणून एखाद्या विनोदी व दुय्यम दर्जाच्या पात्राची कोल्हटकर योजना करतात. उदाहरणार्थ या जोड्या पाहाव्यात-शुंभसेन व फत्तेसिंग (वीरतनय), केयूर व विकंठ (मूकनायक), कैलासनाथ व शृंगीभृंगी (गुप्तमंजूष), कंदन व तडाग (प्रेमशोधन), रावजी व नाना (सहचारिणी). यामुळे दुष्ट पात्राच्या कारस्थानाला स्वाभाविकच छिद्र राहते व त्याचा पराजय अस्वाभाविक वाटत नाही. शिवाय लग्नातल्या पाहुण्याप्रमाणे नाटकातील विनोदी पात्रे उपरी वाटत नाहीत हाही फायदा आहे.

विनोदी पात्रांच्या दृष्टीने कोल्हटकरांच्या नाटकांचे तीन वर्ग करता येतील. पहिल्या वर्गात विनोदाला अगदी दुय्यम स्थान आहे. अशी नाटके वीरतनय, जन्मरहस्य आणि शिवपावित्र्य ही होत. यात एकएकच विनोदी पात्र असून (दासदासी सोडून) त्यांची विनोदप्रवृती फारशी उद्दाम नसते. तथापि फत्तेसिंगाला शूरसेनाचा मुख्य हस्तक करून व कल्याणाला रघुनाथ-कांता यांच्यावर नजर ठेवावयाला लावून कोल्हटकरांनी त्यांना कथानकाशी एकजीव करून टाकिले आहे. शिवपावित्र्यातील गुलजारखाँ मात्र केवळ अमीनेसाठीच त्यात आलेला दिसतो. याच्यापुढचा वर्ग विनोदाचे राज्य असलेल्या नाटकांचा. ही नाटके म्हणजे गुप्तमंजूष, सहचारिणी व परिवर्तन ही होत. यांपैकी पहिल्या दोन्हीतील विनोद खळखळणारा असून परिवर्तनात त्यांचे स्वरूप जास्ती सुसंस्कृत, खोल व खोचदार झाले आहे. विनोदी पात्रांची विपुलता, कथानकाच्या ओघात त्यांनी येण्यापेक्षा त्यांच्या ओघात कथानकाने वाहून जाणे, इत्यादी या वर्गाचे विशेष आहेत. हास्यरसाच्या दृष्टीने यांतील विनोद चांगला आहे; पण नाट्यरचनेच्या दृष्टीने यांच्यात विशेष कौशल्य असे नाही.

तिसरा वर्ग मूकनायक, मतिविकार व वधूपरीक्षा या नाटकांचा. यांतील विनोद कौशल्यनिदर्शक असून पहिल्या दोन्हीतील विनोद तर अत्यंत सुसंस्कृत व उच्च दर्जाचा आहे. या नाटकांत विनोदासाठी विनोदी पात्र अगर प्रसंग घातलेला मुळीच आढळणार नाही. गुप्तमंजूषाच्या वर्गातील विनोद पोट धरधरून हासवितो तर हा नुसता गालाला खळीच पाडतो. पण पात्रांच्या स्वभावविशेषाचे दिग्दर्शन करणे, कथानकाच्या धाग्यादोऱ्यांतील साम्यवैषम्य दाखवून ते रंगविणे इत्यादी महत्त्वाची कार्ये हा विनोद लीलेने करतो.

साध्या दृष्टीने पाहिले तर विरळ विनोद असलेल्या वीरतनयाच्या वर्गात प्रेमशोधन पडते. पण त्यातील विनोदी पात्रे ही मुख्य पात्रांना व विषयाला साम्यविरोधाने परिपोषक होतात हा त्यांचा एक मुख्य गुण आहे. वीरतनयातील फत्तेसिंगाचा लोभीपणा अगर जन्मरहस्यातील कल्याणाचा भोळेपणा यांचा नाटकाच्या प्रतिपाद्य विषयाशी काही संबंध नाही. पण प्रेमशोधनमधील विहंगचंडी हे विजोड जोडपे विषमविवाहाच्या चित्राची पार्श्वभूमी आहे. विनोदी पात्रांचा असा उपयोग करून घेणे हे कौशल्याचे काम आहे. मद्यपाननिषेधाच्या नाटकात भोंदू डॉक्टर वैद्यांचे द्वंदयुद्ध दाखविणे अगर हरिश्चंद्राच्या कथानकात दिवाळखोर पेढीवाल्यांची थट्टा उडविणे असल्या गोष्टी पहिल्या प्रतीचे नाटककारही नेहमी करीत असतात; त्यामुळे कोल्हटकारांची अशी सुसंबद्ध विनोदरचना अधिक अभिनंदनीय वाटते.

कोल्हटकरांच्या नाटकांतील विनोदाची तुलना खाडिलकर व गडकरी यांच्या नाटकांतील विनोदाशी केली असता त्याच्यावर बराच प्रकाश पडेल. बायकांचे बंड व मानापमान या दोनच नाटकांत काय तो खाडिलकरांना स्वाभाविक व चांगला विनोद साधला आहे. बाकीचा त्यांचा विनोद 'येनकेन प्रकारेण'च केलेला असतो. त्यांच्या सर्व नाटकांत मिळून चार दोन तरी सुंदर श्लेष अगर कोट्या सापडतील की नाही याची वानवाच आहे. गडकऱ्यांनी मात्र प्रत्येक नाटकाचा ठराविक भाग विनोदासाठी खास राखून ठेवूनच नाटके लिहिली. गडकरी कोल्हटकरांचे खरेखुरे शिष्य असल्यामुळे त्यांच्या नाटकांत कोट्यांचा नुसता पाऊस पडतो. गडकऱ्यांनी प्रसंगी रसापकर्षाची पर्वा न बाळगता विनोदाला मोकळा सोडला असल्यामुळे तो कोल्हटकरांच्यापेक्षा विपुलही आहे. गुणांच्या दृष्टीने तो सर्वच गुप्तमंजूष व सहचारिणी यांच्यातील विनोदाच्या तोडीचा आहे. पण मूकनायक व मतिविकार यातील सूक्ष्म विनोदाची कलाकुसर मात्र गडकऱ्यांत नेहमी आढळतेच असे नाही. कोल्हटकरांच्या नाट्यविनोदाची कल्पना यथार्थ यावयाला मूकनायक अंक २ प्र. १, मतिविकार अंक १ प्र. २, अंक ४ प्र. ३, गुप्तमंजूषातील शृंगीभृंगींची राज्याबद्दलची मनोराज्ये, सहचारिणीतील पोरांच्या पलटणीने पिसाळलेल्या बापाचे

वक्तृत्व व परिवर्तनातील पुरुष बायका झाल्यानंतरचे प्रसंग अवश्य वाचले पाहिजेत.

शिवाय मूर्ख, वेडगळ, कुरूप अगर अर्धवट पात्रे घालून विनोदाची रंगपंचमी त्यांच्या हाताने साजरी करण्याला विनोदाचे अंग लेखकाला असले म्हणजे पुरे होते. असला विनोद स्वाभाविकपणेच थोडाफार उथळ, व कलेच्या दृष्टीने किंचित् असंस्कृत असा भासतो. ज्या पात्रांच्या तोंडी तो येतो ती अगदीच हीन संस्कृतीची कल्पिली असली म्हणजे सूक्ष्म, सुसंस्कृत अशा विनोदाला नाटकात फारशी जागाच उरत नाही. कोल्हटकरांच्या मूकनायक, मतिविकार व परिवर्तन या नाटकांत सुसंस्कृत व सूक्ष्म विनोद हाच त्यांचा एक विशेष मानता येईल. विक्रांत-रोहिणी, विक्रांत-सरोजिनी, प्रतोद-वेत्रिका अगर आनंदराव-सरस्वती आणि विहार-चकोर इत्यादी पात्रांचे संवाद म्हणजे काही वेड्यांचा बाजार, मूर्खांची मजलस, अगर कुरूपांचा कारखाना नाही. ही सर्व नाटकातील प्रधान पात्रे असूनही त्यांचे संवाद विनोदी रीतीने रंगविण्यात कोल्हटकरांनी असामान्य कौशल्य प्रगट केले आहे. कल्पनेची भरारी, कोट्यांची संख्या व विनोदाचा भडकपणा या बाबतीत गडकरी कोल्हटकरांपेक्षा श्रेष्ठ ठरतील. पण विनोदप्रवाहाचे कथाप्रवाहाशी मिश्रण आणि विनोदाची सूक्ष्मता व सुसंस्कृतता या दृष्टीने कोल्हटकरांचेही वैशिष्ट्य उठून दिसते. कलीपुरूषांप्रमाणे विनोदी पात्रांतही मानवी वातावरणच कोल्हटकरांनी कायम ठेवलेले दिसते.

काव्य अगर विनोद यांचा वरदहस्त ज्याच्या डोक्यावर आहे त्याला हात कुठे आवरावा हे पुष्कळ वेळा कळत नाही. कोल्हटकरांच्या नाटकांत या नियमाची अनेक उदाहरणे सापडतील. "तुम्ही अस्तुरी असाल, पण तुम्हाला इस्तरी साधेल असे नाही मला वाटत." (पृ. १३ जन्मरहस्य) हे वाक्य कोटीचा जबरदस्त पण निष्फळ मोह त्यांना आवरता आला असता तर त्यांनी लिहिलेच नसते. आनंदराव - "असे खंडीभर दागिने कर कर करावेत, आणि एक दिवस ते चोराने आयतेच पळवावे म्हणजे सर्वच ग्रंथ आटोपला." सरस्वती- "असेच म्हणू लागले तर स्त्रीधर्म तरी बायकांनी का पाळावा ? एखादे दिवशी एखाद्या निर्लज्ज मनुष्याने तो जुलुमाने हरण केला म्हणजे आटपला सगळा कारभार !" (पृ. १२ मतिविकार) हा कोटिक्रम सरस्वतीच्या स्वभावाला गालबोट लावणारा असतानाही त्यांनी गाळला नाही. अशी काही अपवादात्मक स्थळे वगळली तर त्यांच्या विनोदी कल्पना म्हणजे बुद्धीला व मनाला मिळणारी एक मोठी मेजवानीच होय. एकच उदाहरण दिले असता पुरे होईल. वधूपरीक्षेत खंडेराव कोतवाल ताईताच्या मुलीच्या खाणाखुणा सांगत आहे, व विश्वेश्वराशास्त्री लिहून घेत आहे. त्यावेळी श्रीपती म्हणतो, "अन् ह्ये काळभ्वार क्यास गुडग्यापातुर लोंबत्यात." खंडेराव उत्तरतो "ह्वेबी माज्या ध्येनात हाय- न्हानपनीबी असंच असंच गुडग्यापातुर व्हतं.

बाबासाहेब, ह्ये इक्त लांब क्यास कागदामंदी मावत्याल ? न्हाई मावलं तर बुचडा करूनशान घाला, मंजी जालं.'' (पृ. ९३ वधूपरीक्षा)

कोल्हटकरांनी वीरतनय नाटक लिहिताना शृंगाररसाबरोबर वीररसही प्रचारात आणण्याचा हेतू जाहीर केला होता. पण नवरसांच्या राजाइतकेच त्याच्या सेनापतीला महत्त्व देण्याचा हा इरादा त्यांच्या हातून पार पडलेला दिसत नाही. त्यांना वीररसाची स्वभावतःच आवड नाही असे वाटते व त्याचा अप्रत्यक्ष परिणाम त्यांचे नायक अत्यंत मृदू होण्यात झाला आहे. वीर, रौद्र व तत्सम रसांत खाडिलकरांचा हातखंडा आहे. गडकऱ्यांनी त्याबाबतीत थोडेफार हातपाय हालवले आहेत; पण खाडिलकरांना जिंकण्याइतकी गती काही त्यामुळे उत्पन्न झाली नाही. शृंगार, हास्य व करुण हे कोल्हटकरांचे आवडते रस आहेत व त्यातल्या त्यात पहिले दोन म्हणजे तर त्यांच्या प्रतिभेचे उजवे-डावे हातच होत. त्यांच्या करुणाचा जन्म बहुधा विप्रलंभ शृंगारातून होत असतो, हे वीरतनयापासून शिवपावित्र्यापर्यंतच्या सर्व नाटकांतील प्रसंग पाहिले असता सहज कळून येईल. विप्रलंभशृंगारात्मक करुणापेक्षा निराळा परंतु फार परिणामकारक असा करुणरस त्यांच्या दोन नाटकांत आढळून येतो. ती नाटके प्रेमशोधन व जन्मरहस्य ही होत. पहिल्याच्या पाचव्या अंकातील दुसऱ्या प्रवेशात उदात्त करुण असून तो मराठीतील एक सर्वोत्कृष्ट प्रवेश आहे. जन्मरहस्याचा सर्वच उत्तरार्ध करुणपरिपूर्ण असून त्यातील कथानकाला एकदा आकाश तर एकदा पाताळ गाठावे लागेल असे झोके कुशलतेने दिले असल्यामुळे तो वाचताना मन अगदी कावरेबावरे झाल्यावाचून राहत नाही. करुणाचे स्थूल व सूक्ष्म असे भेद करता येतील. यांतील स्थूल भागात कोल्हटकर व खाडिलकर यांचे कौशल्य सारखेच असून (खाडिलकरांची कांचनगडची मोहना, विद्याहरण इत्यादी नाटके पाहा.) गडकरी दोघांपेक्षाही श्रेष्ठ आहेत. सूक्ष्म करुणात मात्र कोल्हटकर गडकऱ्यांच्याइतकेच अप्रतिम कौशल्य दाखवितात. मतिविकारासारख्या साध्या सामाजिक नाटकातही चंद्रिकेला हंसिका हट्टाने कुंकू लावते व चकोर चंद्रिकेला तापशाच्या वेषाने भेटावयाला जातो, या दोन प्रवेशांत सूक्ष्म करुणावरील त्यांचे प्रभुत्व अगदी सहज दिसण्यासारखे आहे.

पण बहुधा अत्यंत हळव्या मनामुळेच करुणात रंगून जाणे त्यांना आवडत नसावे. शृंगार व हास्य हेच त्यांचे शुक्र व मंगळ होत. विनोदाचा विचार करताना त्यांच्या हास्यरसाचा थोडासा विचार झालाच आहे. शृंगाराशी एकजीव झालेला हास्यरस त्यांच्याप्रमाणे दुसऱ्या कोणाच्याही नाटकात सहसा आढळत नाही. (मूकनायकातील 'प्रतोद-वेत्रिके' चा अगर वधूपरीक्षेतील तत्सम 'भार्गव-यमुने'चा, मतिविकारातील 'विहार-कल्याणी'चा इत्यादी प्रवेश पाहा) त्यांचा हास्यरस प्रसंगांचा मात्र फारसा आश्रय करीत नाही. सहचारिणीतील जनुभाऊचा बुरखा, अगर

वधूपरीक्षेतील म्हाळसेच्या गळ्यातील ताईत, त्या त्या नाटकात हास्यकारक प्रसंग निर्माण करतो. पण सूक्ष्म प्रसंगांचा अगर नाटकांतील ओघाचा कल्पकतेने विनोदाकडे उपयोग करून घेण्याकडेच त्यांचा कल आहे. खाडिलकरांची हास्यरसाच्या बाबतीत कोल्हटकर-गडकऱ्यांशी तुलनाच होऊ शकत नाही.

शृंगार हा सर्वांचा आवडता रस असल्यामुळे त्याचा उठाव करणे फार सोपे काम आहे अशी अनेकांची सोपी समजूत असते. पण एकीकडे उत्तानपणा व ग्राम्यपणा यांची खोल दरी तर दुसरीकडे रुक्षपणा व नीरसपणा यांचे तुटलेले कडे अशा अरुंद पाऊलवाटेवरून ज्याची प्रतिभा पिंगा घालत जाईल, त्यालाच नाटकातील उच्च दर्जाचा शृंगार साधेल. स्वतंत्र मराठी नाटकांत सौभद्र, मूकनायक, मानापमान व स्वयंवर हीच काय ती सुंस्कृत शृंगाराने नटलेली नाटके मानिली जातात. भावबंधनात शृंगाराची फुलवेल फुलविण्याला गडकऱ्यांना वाव होता. पण शृंगार-हास्यापेक्षा हास्य व करुण हेच त्यांचे जानी दोस्त असल्यामुळे त्यांच्या कोणत्याही नाटकात शृंगारतरंगिणी दुथडी भरून चाललेली आढळत नाही. वर दिलेल्या चार नाटकांत सौभद्र हेच काय ते मूकनायकाच्या पूर्वीचे आहे. त्यातील यतिवेषधारी अर्जुनामुळे शृंगाराला चांगलाच रंग चढला असून "बघुनि सुभद्रेला । कसा यति वेडावुनि गेला" इत्यादी कृष्णोक्तींनी त्याला सुंदर हास्याचीही जोड दिली आहे. तथापि सौभद्रावर संस्कृत नाटकातील शृंगाराची विशिष्ट छाप पडलेली दिसते. मूकनायकातील शृंगार अत्यंत सोज्ज्वल, कोमल व काव्यमय आहे. या शृंगार-परिलुप्त नाटकात उत्तान प्रणयाची एखादी उक्तीही मिळणे कठीण, मग प्रसंग अगर प्रवेश तर लांबच राहिला. मूकनायकाइतका सुंदर शृंगार खुद्द कोल्हटकरांनाही पुन्हा साधला नाही. मानापमान हे एक प्रकारचे मूकनायकाचे अनुकरण आहे हे मागे दाखविलेच आहे. स्वयंवरावर प्रेमशोधनाची अशीच छाप आहे. नंदन - इंदिरा यांचा टेकडीवरील प्रवेश व कृष्ण-रुक्मिणी यांचा नदीतीरावरील प्रवेश यांचे तुलनात्मक दृष्टीने वाचन केल्यास ही सूक्ष्म छाप दृष्टोत्पत्तीला येईल.

शृंगाराच्या बाबतीत कोल्हटकरांची तुलना किर्लोस्कर व खाडिलकर यांच्याशीच केली पाहिजे. उपरोक्त दोघांचा शृंगार मुग्ध असूनही किंचित् उन्मादक असतो. कोल्हटकरांचा शृंगार केवळ काव्यमय असल्यामुळे सामान्य लोकांच्या दृष्टीने तो तितका मोहक होत नाही. (प्रेमशोधन अंक ४ प्र. २ पहा) संभोग व विप्रलंभ यांचे अनेक नमुने त्यांच्या नाटकात आढळतात, पण सर्व ठिकाणी रसोत्कटतेपेक्षा सूचकपणा व नाट्यापेक्षा काव्य यांचाच त्यांनी आश्रय केला आहे. मूकनायक, प्रेमशोधन व जन्मरहस्य ही या रसाच्या दृष्टीने त्यांची आकर्षक नाटके होत.

५

शृंगाराच्या अनुरोधानेच त्यांच्या प्रेमाच्या कल्पनेचा व त्यांच्या नाटकांवर येणाऱ्या परकीय वातावरणाच्या आक्षेपाचा विचार करणे योग्य होईल. वीरतनय व मूकनाक यांतील नायिका, नायकांच्या पहिल्या दर्शनानेच त्यांच्या प्रेमपाशात सापडतात. गुप्तमंजूष, मतिविकार, जन्मरहस्य व परिवर्तन या नाटकांतील नायकनायिकांचे प्रेम 'जो चिरसहवासजले प्रेमतरु वाढला' अशा प्रकारचे आहे. प्रेमशोधन, वधूपरीक्षा व सहचारिणी यांत नायकनायिकांच्या बालपणाच्या प्रेमाचा काही संबंध नसला तरी रुपाइतकाच गुणांचाही पगडा परस्परांच्या मनावर बसलेला आढळून येतो. वीरतनय व मूकनायक ही कोल्हटकरांच्या ऐन पंचविशीतील नाटके असल्यामुळे चाक्षुषी प्रेमाचा प्रभाव त्यात आढळतो, यात काही नवल नाही. तथापि त्यातही शूरसेनाचे शौर्य व औदार्य आणि विक्रांताचे शौर्य व पांडित्य यांचा आधार या चाक्षुषी प्रेमाला मिळाला आहे. हे आंधळे प्रेम आदराच्या आधारानेच धावू लागले हे विसरता कामा नये.

प्रेमविवाहाचा त्यांनी सर्रास पुरस्कार केला आहे व बालपणापासूनचे प्रेम अगर प्रौढ वयात रूपाइतकेच गुणांकार अवलंबून असलेले प्रेम हाच विवाहमंदिराचा पाया असला पाहिजे, असे त्यांचे मत आहे. प्रेमाच्या सूर्यप्रकाशापुढे वैभवाच्या नक्षत्रभांडाराचे तेज मुळीच पडत नाही हे जवळ जवळ प्रत्येक नाटकात त्यांनी दाखविले आहे. सरोजिनी आपल्या सेवकावर प्रेम करते; विलास हा दाईचा मुलगा आहे हे माहीत असूनही राजकन्या नंदिनी आपल्या हृदयात त्याला स्थान देते; सामान्य मनुष्य दिसणाऱ्या नंदनाला इंदिरा आपले हृदय वाहते; सिंहासनावर बसणाऱ्या पार्थिवाला झिडकारून फासावर चढणाऱ्या ज्योतिषी धुरंधराच्या पायालाच त्रिवेणी चिकटून राहते व रघुनाथ शूद्र ठरल्यानंतरही कांता कौसल्येसारख्या अशिक्षित सासूच्या हाताखाली शूद्रस्नुषा म्हणून राबण्याचे केवळ त्याच्या प्रेमाखातरच कबूल करते. वैभवाप्रमाणे जातीनेही प्रेमप्रवाह खंडित होत नाही हे त्यांनी वधूपरीक्षा व जन्मरहस्य या नाटकांत दाखविले आहे. त्यांची सर्व नाटके म्हणजे 'न खलु बहिरुपाधीन् प्रीतय: संश्रयन्ते' या चरणावरील विस्तृत भाष्येच होत.

आपल्या या प्रेमाच्या कल्पनेला अनुसरून त्यांनी आपली कथानके रचिली आहेत. पण लग्न म्हणजे एक सोडत अथवा वधूवरांच्या खरेदीविक्रीचा बाजार हीच आमची अद्यापि कल्पना असल्यामुळे, कोल्हटकरांचे हे प्रेमप्रसंग परके वाटतात, असा अनेकांचा आक्षेप आहे. हा आक्षेप घेणाऱ्या लोकांना पुराणमतवादी गणिल्या गेलेल्या खाडिलकरांच्या 'मानापमानाचे' सूक्ष्म अवलोकन करण्याची विनंती आहे. एखाद्या मुलीचे एखाद्या तरुणावर प्रेम जडले तर त्याच्या घरी राहून

व त्याची सेवा करून तिने त्याचे प्रेम संपादन करावे ही गोष्ट सद्य:-स्थितीत खुद्द खाडिलकरांना कितपत रुचेल हे आम्हाला सांगवत नाही; पण मानापमानात मात्र त्यांनी तेच चित्र रंगविले आहे. प्रेमाप्रमाणे सौंदर्यही आंधळे असते. रूढींची बंधने आणि पुराणमतवादाची वेष्टने दूर झुगारूनच सौंदर्यदृष्टी इष्ट व्यक्तीकडे धावत असते. ध्येयवादनिष्ठ सौंदर्यदृष्टी हा कोल्हटकरांच्या नाटकांचा आत्मा असल्यामुळे रूढी-आजीबाईंना कोणती गोष्ट रुचेल याची त्यांनी कधीच काळजी घेतली नाही. त्यांच्या सामाजिक नाटकांतही त्यांची अद्‌भुतरम्य सौंदर्यलालसा (Romance) त्यांना सोडीत नाही. चकोराने चंद्रिकेला तापशाच्या वेषाने भेटावयास जाणे हे त्यांच्या या वृत्तीचे उत्कृष्ट उदाहरण आहे.

पण वाङ्‌मयाकडे रूढीच्या चष्म्याने पाहण्याची सवय सोडून मानवी हृदयाच्या दृष्टीनेच पाहिले पाहिजे. कुठल्याही नाटकाचा कृत्रिमपणा अमकी गोष्ट अमक्या वेळी अमक्या समाजात होऊ शकेल की नाही अशा संकुचित दृष्टीने न ठरविता मनुष्यस्वभावाला ती उचित आहे की नाही या दृष्टीने ठरविला पाहिजे. महाराष्ट्रीय लोकांत उत्कट रम्यपणाची आवड नाही; कोल्हटकरांच्या नाटकांत मात्र त्याचा स्वैर संचार आहे. त्यांच्या पात्रांवर येणाऱ्या परकेपणाच्या आक्षेपाचे बीज आमच्या व्यवहारप्रवृत्तीतच आहे. कुठेही गेले तरी वरचे आकाश अगर खालची जमीन ज्याप्रमाणे बदलत नाही, त्याप्रमाणे मानवी मनही बदलत नाही. मानवी मनाच्या या स्थिर अंतरंगाचीच चित्रे कोल्हटकरांनी रेखाटली आहेत. हृदयावरल्या कातडीच्या अगर त्या कातडीवरील वस्त्राच्या भेदामुळे माणसांच्या भावनांत कधीही अंतर पडत नाही. ज्यांना पौराणिक नाटकांत आधुनिक गोष्टी घडलेल्या चालतात, एवढेच नव्हे तर आवडतात, त्यांनीच सामाजिक नाटकांच्या बाबतीत मात्र ज्या सालात ते जन्माला आले असेल त्या सालाचेच त्यात पूर्ण प्रतिबिंब असले पाहिजे असा हट्ट धरावा हे सर्वस्वी विसंगत आहे.

कोल्हटकरांच्या पूर्वी संगीत नाटक म्हणजे एक स्त्रीराज्य होते. त्यात पद्यरूपी बायकांचेच साम्राज्य असे; गद्यरूपी पुरुषांपैकी म्हातारे कोतारे अगर बोबडे बोलणारी बालके यांनाच काय ती त्या राज्यात शिरण्याची परवानगी असे. किर्लोस्करांचे गद्य त्यांच्या पद्याइतके सरस नाही. कोल्हटकरांचे वीरतनय बाहेर पडण्याच्या आधी देवलांनी शापसंभ्रम लिहिले होते, पण त्यातही किर्लोस्करी पद्धतीप्रमाणे पदांचा सुकाळ व गद्याचा दुष्काळच आहे. संगीत नाटकातही गद्य हा एक महत्त्वाचा भाग आहे. कारण पद्यात अभिनयाला फारसा अवसर मिळत नाही, गद्यात तो मिळतो व म्हणून संगीत नाटकाचे गद्यही पद्याप्रमाणेच भरदार असले पाहिजे हे कोल्हटकरांनीच प्रथमत: वीरतनयाच्या द्वारे दाखविले. याचा परिणाम वीरतनयाच्या मागून जन्माला आलेल्या शारदेच्या सुंदर गद्यात स्पष्ट

दिसून येतो. खाडिलकर व गडकरी यांची संगीत नाटके वीरतनयामागून तपादीडतपाने पुढे आली असल्यामुळे त्यांत गद्याची चांगलीच वाढ झालेली दिसून येते.

देवलांच्या शारदेसारखी घरगुती व त्यामुळे मोहक वाटणारी अशी भाषा कोल्हटकरांत आढळत नाही. (मतिविकार अंक १ प्र. ४, ज्यात हंसिका विधवा चंद्रिकेला हट्टाने कुंकू लावते, तो प्रवेश मात्र अपवाद म्हणता येईल) मतिविकार व जन्मरहस्य ही अगदी शुद्ध सामाजिक नाटके असूनही त्यांतली भाषासरणी फारशी घरगुती वाटत नाही. याचे मुख्य कारण कोल्हटकरांची पात्रे उच्च संस्कृतीची व बुद्धिसंपन्न अशीच आहेत हे होय. प्रबळ कल्पनाशक्तीच्या मनुष्याला पृथ्वीला चिकटून राहणे कठीण असते, व भाषा हे कल्पनेचे वाहन असल्यामुळे, कल्पनेच्या गरिबी-श्रीमंतीप्रमाणे तेही बदलते. श्रीमंत मनुष्याने कितीही साधे रहायचा प्रयत्न केला तरी 'शय्याभूमितलं' अशा रीतीने त्याला वागताच येत नाही. कोल्हटकरांच्या भाषेचीही तीच स्थिती आहे. त्यांच्या दासदासीदेखील नायकनायिकां इतक्याच कल्पक आणि कोटिबाज व त्यामुळे कृत्रिम वाटतात. (मूकनायकातील बिंबाधरा व मुकुलिका यांचा प्रवेश पहा.) यामुळे त्यांचे कल्पनाप्रचुर गद्य बहुधा एकरंगी दिसते. पात्रांसाठी भाषा नसून भाषेसाठी पात्रे असतात असे त्यांची नाटके वाचताना अनेकदा वाटल्यावाचून राहत नाही. उत्तरोत्तर हा दोष त्यांच्या नाटकांत कमी होत गेला आहे, ही गोष्टही येथे नमूद केली पाहिजे. "खरोखर पाहिले तर ही प्रतिज्ञा नसून मिथ्याध्यवसिति आहे'' (मतिविकार) अशी वाक्ये त्यांच्या अलीकडील नाटकांत मुळीच आढळणार नाहीत.

कोल्हटकरांच्या भाषेत खाडिलकरांच्या मानाने ओज अतिशय कमी. काही काही ठिकाणी-उदाहरणार्थ 'चकोरा या विपन्न व दुर्दैवी देशात खुशाल, सुखी शब्दांना काही अर्थ आहे का ?'' (पृ. ५ मतिविकार)- त्यांच्या भाषेत आर्तता आहे. पण वक्रोक्ती, व्यंगोक्ती, इत्यादी साधनांचा आश्रय करणाऱ्या त्यांच्या लेखणीला सडेतोड व सावेश लिहिणे सहसा साधत नाही. माणसाप्रमाणे लेखणीच्या बाबतीतही स्वभावाला औषध नाही असाच नेहमी अनुभव येतो. मार्मिक कोटिक्रम व सुंदर कल्पना हीच कोल्हटकरांच्या लेखणीची विहारस्थळे होत. त्यांच्या भाषेत विशेष भासमान न होणाऱ्या तेजाचे, त्यांच्या नाटकात प्रामुख्याने न आढळणाऱ्या वीररसाचे व त्यांच्या मवाळ नायकांचे बीज त्यांच्या लेखणीच्या विनोदी व मार्मिक स्वभावातच आहे.

तथापि हे नकार गृहीत धरूनही कोल्हटकरांचे गद्य हा मराठी भाषेचा एक रमणीय अलंकार आहे, हे प्रत्येकाला कबूल करावेच लागेल. त्यांच्या नाटकात गद्य विपुल असूनही ते सरस आहे. खाडिलकरांचे संवाद, स्वभावविशेष व कथावस्तू यांच्या साहाय्यानेच आपले मार्गक्रमण करतात. कोल्हटकरांचे संवाद कल्पनाप्रचुर व कोटिक्रमयुक्त असूनही खाडिलकरांच्या इतकेच ते अखंड

वाटतात. अन्त:सृष्टी व बहि:सृष्टी यांच्यामध्ये असलेला गूढ संबंध ध्यानात घेऊन त्याचा त्यांनी कित्येक ठिकाणी अत्यंत बहारीने उपयोग करून घेतला आहे. (मतिविकार अंक २ प्र. १ व प्रेमशोधन अंक ४ प्र. २ पहा) गडकऱ्यांचे संवाद कोल्हटकरांपेक्षाही कल्पनाप्रचुर आहेत; पण ते अनेक वेळा तुटक वाटतात. संवादाकरिता कथानक नसून कथानकाकरिता संवाद आहेत हे तत्त्व कोल्हटकरांच्याइतके गडकऱ्यांनी मुळीच पाळले नाही. कल्पनाप्रचुर पण अत्यंत सुसंगत संवाद लिहून कोल्हटकरांनीच मराठी नाटकांचा दर्जा प्रथम वाङ्मयदृष्टीने वाढविला. ते खाडिलकर-गडकऱ्यांप्रमाणे लांबलचक स्वगत भाषणांचे फारसे भोक्ते नाहीत; इतकेच नव्हे, तर त्यांच्या संवादातही एक एक पृष्ठाची व्याख्यानवजा भाषणे कधीही सापडत नाहीत. कल्पनाप्रचुर पण सामान्य मनुष्याला समजेल व रंजवील असे गद्य त्यांनी लिहिले आहे. देवल, आपटे, खरे यांचे गद्य म्हणजे निर्झरिणी, चिपळूणकर, आगरकर, गोळे, टिळक, खाडिलकर, परांजपे यांचे गद्य म्हणजे तुफान लाटा उठत असलेली समुद्रानजीकची खाडी आणि कोल्हटकरांचे गद्य म्हणजे पर्वतपठारावरून खाली उतरून वाहू लागलेली नदी होय. गडकऱ्यांचे गद्य म्हणजे अशी नदीच आहे; मात्र तिचे स्वरूप अगदी मुखाजवळचे आहे. कोल्हटकरांच्या गद्याशी अगदी जवळ येईल असे गद्य केळकर व वा. म. जोशी यांचे आहे. त्यांच्या गद्याचे उत्कृष्ट नमुने म्हणून मूकनायक अंक १ प्र. १ व प्र. ४, मतिविकार अंक १ प्र. २ व अंक ४ प्र. २, प्रेमशोधन अंक ४ प्र. २ व अंक ५ प्र. २, जन्मरहस्य अंक २ प्र. ५ इत्यादी स्थळांचा प्रामुख्याने निर्देश करता येईल.

त्यांच्या नाटकांतील संगीताचा भागही डोळ्यांत भरण्याजोगा आहे. वीरतनयाने उच्च दर्जाच्या मराठी नाटकात पारशी चाली प्रथमत: प्रचारात आणल्या व अण्णासाहेबांच्या परंपरेत वाढलेल्या देवलांच्या कृष्णाकाठच्या शारदेच्या मैत्रिणींनाही त्याच चालींची छाप पडलेली आढळून येते. गायन या दृष्टीने या चालींचे गुणदोष काहीही असोत, नाटकातील पात्रांचे संगीत म्हणजे जलसा नव्हे एवढे तरी त्यांच्यामुळे मनाला वाटते. 'सुलभ मनि गणा न भूपसुता' हे सरोजिनीचे तडफेचे उत्तर, रंगभूमीवर रागदारीच्या चालीत घालणे गायनाच्या दृष्टीने इष्ट असले तरी नाट्याच्या दृष्टीने खास नाही. संसारात सर्व गुणगुणतात, पण कधीच कुणी गात नाही. एकीकडे नाटक हे संसाराचे चित्र आहे असे म्हणायचे व त्यातील राजापासून रंकापर्यंत आणि सावापासून चोरापर्यंत सर्वच चित्ररथ गंधर्वाच्या लवाजम्यांपैकी असलेले दाखवायचे हा प्रघातच अनिष्ट व कृत्रिम आहे. पण 'नमस्तुभ्यं रूढे' म्हणून त्याकडे कानाडोळा केला तरी नाटकाच्या ऐन रंगात एखाद्या पात्राने गाण्याची बैठक मारणे म्हणजे घटका भरली असताना, महूर्त चुकत असताना व वधूवर

एकमेकांच्या दर्शनासाठी अधीर झाले असताना भटजीबोवांनी मंगलाष्टके तालसुरावर व निरनिराळ्या रागदारींत म्हणण्याची खटपट करणे होय. कोल्हटकरांच्या पारशी चाली बहुधा भिंगरीसारख्या फिरणाऱ्या असल्यामुळे संगीताने होणाऱ्या रसभंगाची उदाहरणे त्यांच्या नाटकांत थोडी कमी आहेत. गायकी पद्धतीच्या चालीही त्यांच्या नाटकांत नाहीत असे नाही. खाडिलकरांच्या 'भाली चंद्र असे धरिला,' 'मम आत्मा गमला हा,' 'शूरा मी वंदिले,' 'शुक्र तारा उदय पावो' 'या नव नवल नयनोत्सवा,' 'गुरुममता माता गमली' इत्यादी पद्यांच्या चाली कोल्हटकरांच्या नाटकांत आढळतात.

पण खऱ्या सौंदर्याशी वस्त्रालंकारांचा जो संबंध तोच पदांतील काव्याचा चालींशी होय. वाङ्मयदृष्ट्या कोल्हटकरांची पदे पाहिली तर त्यांच्या तोडीची पदे फक्त किर्लोस्करांच्या नाटकातच आढळून येतील. देवलांच्या पदात अतिशय सुबोधपणा आहे. (घरगुती भाषेतील पदे मात्र देवलांनी फक्त शारदेतच केली, त्यापूर्वीची त्यांची सर्व पदे सुलभ पण संस्कृतप्रचुर अशीच होती. शापसंभ्रम अगर विक्रमोर्वशीय पहा.) पण कल्पनेच्या दृष्टीने देवलांची प्रतिभा म्हणजे पिंजऱ्यातला पोपट आहे. खुद्द त्यांचे गुरू जे किर्लोस्कर त्यांच्यात आढळून येणाऱ्या सुंदर कल्पनांचेही अनुकरण करण्याची इच्छा त्यांना झालेली दिसत नाही. दुर्बोध अक्षरांपेक्षा सुबोध अक्षर अधिक इष्ट हे उघड आहे; पण त्या सुबोध अक्षरांनी व्यक्त होणारा अर्थही तितकाच आनंददायक व रसिकरंजक असला पाहिजे. पदांच्या सुबोधता-दुर्बोधतेलाही हाच नियम लागू आहे. कोल्हटकरांची पदे देवलांच्या शारदेप्रमाणे सोपी नसल्यामुळे लोकांना दुर्बोध वाटली; पण खाडिलकरांनी पंचशरांच्या जोरावर काव्यदेवीचे जे प्रांत काबीज केले, त्यांच्याशी तुलना करता 'दगडापेक्षा वीट मऊ' या न्यायाने कोल्हटकरांची पदे त्याच लोकांना सुबोध मानावी लागली. खाडिलकरांच्यापेक्षा कोल्हटकरांची पदे अधिक सुबोध, शुद्ध, कल्पनाप्रचुर व नादमधुर आहेत. गडकऱ्यांनी फक्त पुण्यप्रभावातीलच पदे केली असल्यामुळे या तुलनेत त्यांना ओढण्यात फारसा अर्थ नाही. "निजनिज बाळा रे गाणे गाते आई" अशासारखी भावपूर्ण पदे मात्र कोल्हटकरांच्या नाटकांत आढळत नाहीत.

कोल्हटकरांना प्रथमत: अनुप्रासांची फार आवड होती (वीरतनय पहा) व त्यामुळे त्यांची पदे कठीण म्हणण्याचा प्रघात पडून गेला. मूकनायकापासून त्यांची पदे क्रमाक्रमाने सुबोध होत आली आहेत. याचे प्रत्यंतर 'सहचारिणी' आणि 'जन्मरहस्य' यांच्यावरून सहज मिळण्यासारखे आहे. "दीन वेष दीनेकरिता घेतला वृथा हा" हे मतिविकारातील सुंदर पद्य, उत्कृष्ट कल्पना व प्रसाद यांचाही संगम ते आपल्या संगीतात करू शकतात, हे दाखविण्याला समर्थ आहे. गद्याप्रमाणे पद्यातील कल्पनेतही सुंदर साम्यविरोध व सौंदर्यपूर्ण भरारी हे त्यांचे मुख्य गुण आहेत. भावपूर्णता त्यांच्यात फारशी नाही. मतिविकार हे त्यांचे पुनर्विवाहावरील

नाटक असून त्याच्या नांदीत अगस्तीने समुद्र प्राशन केल्यामुळे अनाथ झालेल्या गंगेला-ती विष्णूच्या चरणांपासून निघालेली असूनही-शिरावर धारण करणाऱ्या शंकराला कवींनी वंदन केले आहे. नाट्यविषयाच्या दृष्टीने ही कल्पना जितकी सूचक व बहारीची आहे तितकीच भरतवाक्यातील ''सुभगपण भरतभूप्रति वितरि ईश्वरा'' हीही आहे. शूद्र-ब्राह्मणांचा विवाहसंबंध घडावा म्हणून लिहिलेल्या जन्मरहस्य नाटकाच्या आरंभी ''प्रलयकाळी बालरूप धारण करून बालस्वभावाप्रमाणे आपल्या पायाचा अंगठा (शूद्र अगर अस्पृश्य) तोंडात (ब्राह्मण) घेऊन चोखणाऱ्या परमेश्वराला'' त्यांनी वंदन केले आहे. अशी अनेक सुंदर कल्पनांनी नटलेली पदे त्यांच्या नाटकांत आढळतील. गडकऱ्यांनी आपल्या 'कोल्हटकरांच्या नाटकांतील सुंदर उतारे' या पुस्तकात पहिल्या चार नाटकांतील निवडक पदे सार्थ दिलीच आहेत. पुढील तीन नाटकांतील खालील पद्ये प्रत्येक काव्यप्रेमी मनुष्याने अवश्य वाचावीत.

प्रेमशोधन : (१) घर्मबिंदुमाला (२) दु:खा मी जन्मले (३) नामावरि सोडिती तिलांजलिसी (४) योग्य कानना मोहण्या (५) हे / प्रेम जरी लाधे (६) पसरे चोहिकडे गंध तरूंचा (७) नर बळी (८) स्वकरिचे कटु औषध तीचे (९) या मृदुल पर्यंकि.

सहचारिणी : (१) बहु सौजन्य वसे (२) आधार प्रणया (३) म्हणवी मी स्वच्छंदी (४) ठसे मूर्ति (५) जननी शिशूसी थारा (६) प्रखर अनलतुल्य महा (७) न कधीही कपटे (८) का जवळुनि हो.

जन्मरहस्य : (१) प्रिय मज कितीतरी केतु हा (२) रुचेना पचेना (३) फिरवु किती वदनी (४) तू गमसी मज मेरुमणि (५) तव सौभाग्यनदी (६) बालसम निष्कपट होसी तू गडे (७) हा ! आला हा कठिण समय हा !

त्यांच्या कल्पना सामान्यत: संस्कृत वळणाच्या असतात. संस्कृतशेजारी फारशी अगर व्यावहारिक मराठी शब्द, क्वचित् अपरिचित संस्कृत शब्द अगर लांब लांब समास, क्वचित अपप्रयोग त्यांच्या पद्यांत आढळतात, नाही असे नाही. पण हे दोष म्हणजे पौर्णिमेच्या चंद्रावर येणारे शरदऋतूतील विरळ मेघ होत.

मराठी नाटककारांपैकी किर्लोस्कर, देवल हे कोल्हटकरांपेक्षा वडील असून खाडिलकर समकालीन व गडकरी पट्टशिष्य होत. कोल्हटकरांच्या उदयानंतर

देवलांनी एकच नाटक लिहिले व ते 'शारदा' होय. नाटकातील गद्यभागाचे महत्त्व व संवादांचा चटकदारपणा या दृष्टीने शारदा त्यांच्या पूर्वीच्या शापसंभ्रमाहून फार भिन्न आहे. हा फरक पाडण्याला वीरतनयाने सुरू केलेला नवा संप्रदायच थोडाफार कारणीभूत झाला असेल, असे म्हणावयाला हरकत नाही. खाडिलकरांच्यावर तर कोल्हटकरांचा यापेक्षाही अधिक दृश्य परिणाम झाला आहे. त्यांच्या पहिल्या दोन नाटकांत विनोदाला महत्त्वाचे स्थान नव्हते. परंतु बायकांच्या बंडात ही स्थिती पालटली. कोल्हटकरांच्या मूकनायकाने त्यांना विनोदाच्या दिशेने पहावयाला लावले व त्यांचा विनोद यथातथाच असतो हा जरी सामान्य नियम असला तरी 'बायकांचे बंड' व 'मानापमान' ही दोन नाटके त्याला अपवाद आहेत. त्यांच्या संगीत नाटकात आढळणाऱ्या मुग्ध शृंगारालाही कोल्हटकरांपासूनच प्रेरणा मिळाली आहे. मूकनायक व मानापमान यातील साम्य पूर्वीच दाखविले आहे. कोल्हटकर व खाडिलकर हे समकालीन असूनही कोल्हटकरांच्या नाटकांवर खाडिलकरांचा मात्र मुळीच परिणाम झालेला दिसून येत नाही. वीर व तत्सम रसांचा उठाव, ओजस्वी व आवेशपूर्ण भाषा आणि रंगभूमीच्या दृष्टीने प्रसंगांचे परिणामकारक रेखाटन यांत खाडिलकर अतिशय श्रेष्ठ आहेत. पण कोल्हटकरांत उच्च दर्जाचा सौंदर्यवाद, वैचित्र्यप्रियता, कल्पकता, कलाभिज्ञान, विनोदप्रवृत्ती, इत्यादी अनेक निराळे गुण आढळतात.

गडकऱ्यांनी अल्पावधीत मिळविलेल्या लोकप्रियतेमुळे व ते कोल्हटकर संप्रदायाचेच असल्यामुळे सध्या त्यांनाच मराठी नाटककारांतील मेरुमणि मानण्यात येते. गडकऱ्यांची कल्पनाशक्ती अत्यंत उद्दाम व नवनवोन्मेषशालिनी होती यात संशय नाही. कोल्हटकरांच्या नाटकांत कल्पना व कोट्या यांचा दहिवर दिसतो तर गडकऱ्यांच्या नाटकात त्यांचा नुसता पाऊस पडतो. रंगभूमीच्या प्रचलित अभिरुचीकडे लक्ष देण्याची व्यवहारदक्षताही गडकऱ्यांत अधिक आहे. पण कलेच्या दृष्टीने या गोष्टी थोड्या दुय्यमच ठरतात. राजसंन्यास हे ऐतिहासिक नाटक वगळल्यास गडकऱ्यांना आपल्या गुरूपासून किती महत्त्वाची प्रेरणा मिळाली होती, हे खालील स्वभावचित्रांच्या तुलनेवरून कळून येईल.

मतिविकार	प्रेमसंन्यास
(१) चकोर	जयंत
(२) चंद्रिका	लीला
(३) मनोहर	सुशीला
(४) तरंगिणीच्या मृत्यूची अफवा,	मनोरमेच्या मृत्यूची अफवा
(५) विहंगचंडी (प्रेमशोधन)	गोकुळ-मथुरा

(६) हरिहरशास्त्री	कमलाकर
(७) वेणू	द्रुमन

चकोर-चंद्रिकेप्रमाणे जयंत-लीलेची एकांतात पडणारी गाठ, त्यापासून उद्‌भवणारे अनर्थ इत्यादी गोष्टींतही हे साम्य सहज आढळून येईल.

प्रेम-शोधन	**पुण्य-प्रभाव**	**मूक-नायक**	**एकच-प्याला**
नंदन	भूपाल	शरच्चंद्र	सुधाकर
कंदन	वृंदावन	विक्रांत	रामलाल
इंदिरा	वसुंधरा	रोहिणी	सिंधू
तडाग	कंकण	सरोजिनी	शरद
		विकंठ	तळीराम

शरच्चंद्राला विक्रांताचा जसा रोहिणीबद्दल संशय येतो तसाच सुधाकराला सिंधूबद्दल रामलालचा येतो.

सहचारिणी	**भावबंधन**
विश्वास	प्रभाकर
अनंत	मनोहर
वत्सला	मालती
उषा	लतिका
रंगराव	धुंडिराज
रावजी	घन:श्याम
नाना	महेश्वर

साम्य याचा अर्थ नक्कल मुळीच नव्हे. गडकरी हे अत्यंत प्रतिभासंपन्न नाटककार होते यात मुळीच संशय नाही. वर समांतर मांडलेली पात्रे, त्यांचे स्वभावविशेष, त्यांचा विकास, त्यांतील महत्त्वाचे प्रसंग हा वाङ्‌मयदृष्ट्या एक अभ्यसनीय प्रश्न आहे एवढेच.

गडकऱ्यांच्या नाटकांची रचना गुप्तमंजूष अगर सहचारिणी यांच्यासारखी भासते. पात्रे पुष्कळ, कथानकात गुंतागुंत फार (एकच प्याला मात्र अपवाद आहे), व प्रमाणबद्धता त्यामानाने फार कमी. पुष्कळ पात्रे असूनही सुसंघटित वाटणारे वधूपरीक्षेसारखे अगर हाताच्या बोटावर मोजता येण्याजोग्या पात्रांवर उभारलेले

जन्मरहस्यासारखे त्यांचे एकही नाटक नाही. त्यांच्यात डोळे दिपविण्याचे, बुद्धीला भरपूर खाद्य देण्याचे व हृदयाला हलविण्याचे फार मोठे सामर्थ्य आहे. पण त्यांच्या सर्व नाटकांवर एक प्रकारची दु:खाची छाया आहे. आपल्या महाराष्ट्र गीतात कोल्हटकरांचा "श्रीपादांची कलावती वाणी" असा गडकऱ्यांनी सप्रेमादर उल्लेख केला आहे. कोल्हटकरांचे वैशिष्ट्यच यांतील 'कलावती' शब्दांत पूर्णपणे प्रतिबिंबित झाले आहे.

१८८० च्या सुमाराला डेक्कन कॉलेजात शिक्षण पूर्ण केलेल्या टिळक आगरकरांच्या जोडीने महाराष्ट्रात राजकीय व सामाजिक विचारस्वातंत्र्याची मुहूर्तमेढ रोविली. त्याच्या नंतर दहा वर्षांनी डेक्कन कॉलेजात शिकणाऱ्या केळकर-कोल्हटकर या जोडीने त्यांच्या कार्याचा विस्तार आपल्या लेखणीने केला. कोल्हटकरांना बालवयात चिपळूणकरांच्या निबंधमालेपासून लेखनस्फूर्ती मिळाली. पण निबंधमालेतील सुधारणा-विरोधी अगर सुधारणेविषयी उदासीन असणाऱ्या वातावरणाचा त्यांच्या मनावर काहीच परिणाम झाला नाही. सामाजिक सुधारणेसंबंधीचे त्यांचे विचार पक्के व्हावयाला ते कॉलेजात असताना सुधारकातून आगरकरांचे जे लेख प्रसिद्ध होत होते, त्यांचेच अप्रत्यक्ष साहाय्य झाले असेल. मात्र आगरकरांच्या ओजस्वी भाषाशैलीने त्यांना कधीच भारले नाही असे दिसते. मोरोपंतादी जुन्या कवींचा त्यांचा चांगला अभ्यास होता व त्याचा परिणाम त्यांच्या स्फुट कवितेवर व पद्यरचनेवर झालेला आढळून येतो. इंग्लिश कवींपैकी कोणाही कवीचा म्हणण्यासारखा महत्त्वाचा परिणाम त्यांच्या लेखनशैलीवर अगर वाङ्मयावर झालेला दिसत नाही. नाटकांच्या बाबतीत मात्र शेक्सपीअरनेच त्यांचे लक्ष अधिक वेधले असावे असे स्पष्ट अनुमान करता येते. पहिल्या पाच नाटकांनंतर त्यांच्या नाट्यलेखनाला थोडेसे निराळे वळण मिळाले आहे. त्याचे कारण 'तोतयाचे बंड' ही सशास्त्र व विस्तृत टीका लिहिताना त्यांना करावे लागलेले आत्मपरीक्षण हेही असू शकेल. त्यांची सर्व नाटके स्वतंत्र आहेत. बहुश्रुत मनुष्याला क्वचित् आढळणाऱ्या सामान्य साम्याखेरीज इतरत्र त्यांच्या कल्पकतेचे सामर्थ्य सहज पटण्यासारखे आहे. मराठीत निबंधांच्या बाबतीत चिपळूणकरांनी, कादंबऱ्यांत हरिभाऊंनी आणि काव्यात केशवसुतांनी, जी क्रांती घडवून आणली, तीच कोल्हटकरांनी नाटकाच्या क्षेत्रात केली. महाराष्ट्र स्वभावत: सौंदर्यवादी नसल्यामुळे त्यांच्या नाटकांचे व त्यांतील कलाकुसरीचे जितके चीज व्हावयाला पाहिजे होते तितके कदाचित् झाले नसेल. पण मराठी नाटकांत सुधारणा घडवून आणणाऱ्या प्रत्येक प्रतिभासंपन्न नाटककाराने सादर अध्ययन करावे इतकी त्यांच्या नाटकांची नि:संशय योग्यता आहे.

✿

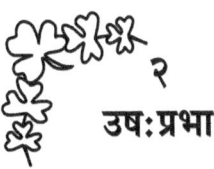

२
उष:प्रभा

'अगदी वाचनसमाधी लागली आहे वाटतं ?'

मी पडल्या पडल्या मागे वळून पाहिले. मीना हसत दारात उभी होती. मला मोठे नवल वाटले. बी. ए. च्या परीक्षेला बसलेली आणि लवकरच लग्नाची परीक्षा उत्तीर्ण होणारी मुलगी दुपारी झोपा काढील किंवा मनोराज्ये करीत बसेल ! पण भर उन्हातून मुद्दाम दुसऱ्याच्या घरी जायचे - मी मीनाकडे पाहिले. तिचा चेहरा घामाने डबडबला होता. मीना का आली असावी असा मी मनाशी विचार करीत असताना पुढे येत तिने विचारले, 'काय वाचीत होता ?'

'एक कथासंग्रह.'

'स्वत:चाच असेल बहुधा !'

मी नकारार्थी मान हलवीत म्हटले, 'स्वयंपाक करणाराला जेवण जात नाही हे तुला ठाऊक नाहीसं दिसतंय ! स्वत:चा चेहरा आरशात पाहत बसण्यात माणसाला आनंद वाटत असला, तरी स्वत:चं पुस्तक वाचीत बसणं हे मोठं दिव्य आहे. कळलं का ?'

'मग कुणाचा संग्रह आहे हा ?'

'तूच ओळख की !

'फडके—'

'अहं !'

'य. गो. जोशी— लक्ष्मणराव सरदेसाई— कृष्णाबाई— बोकील— माडखोलकर— विभावरी शिरूरकर—'

हजिरी घेणाऱ्या मास्तरांनी किंवा विष्णुसहस्रनाम वाचणाऱ्या भटजींनी ज्या घाईने नावे उच्चारावीत ती तिच्या बोलण्यात दिसत होती. या नावांपैकीच कुणाचा ना कुणाचा तरी संग्रहच मी वाचीत असलो पाहिजे अशा खात्रीने तिने माझ्याकडे पाहिले.

ती थांबल्याबरोबर मी म्हणालो, 'भराभर गोळ्या झाडल्या म्हणून काही माणसाचा नेम साधत नाही !'

मराठी घेऊन बी. ए. ला बसलेल्या विद्यार्थिनीचा कॉलेजच्या मासिकात 'पुष्पास' व 'उष:काल' या कविता जिने लिहिल्या होत्या त्या उदयोन्मुख कवयित्रीचा- हा धडधडीत अपमान होता ! हिरमुसल्या चेहऱ्याने मीना म्हणाली, 'या लेखकाचं नाव तरी सांगा की !'

'मांजरेकर !'

'कधी ऐकलं नव्हतं बाई !'

तिचा हा उद्गार ऐकून मला ग्रेच्या 'Full many a gem of purest ray serene' या कवितेची आठवण झाली. जवाहिऱ्याच्या दुकानात दिसणारे हिरे आणि माळ्याच्या दुकानात हसणारी फुले हीच लोकांचे लक्ष वेधून घेतात. जी रत्ने आणि फुले बाजारात येत नाहीत ती शोधून काढण्याइतकी जगाला फुरसत आहे कुठे ? मग मांजरेकरांचे नाव मीनाने ऐकले नव्हते यात अस्वाभाविक असे काय होते ! तिच्या कानांवर ते पडणार कुठून ? पूर्वी अव्वल दर्जाच्या मासिकांतून त्यांच्या गोष्टी प्रसिद्ध झाल्या असल्या तरी आपले नाव सदैव वाचकांच्या कानीकपाळी आदळावे अशी दक्षता त्यांनी कधीच घेतली नाही. त्यांनी ठिकठिकाणी दौरा काढून कायम ठशाची भाषणे लोकांना ऐकविली नाहीत, वर्तमानपत्रांच्या संपादक वर्गाशी दोस्ती ठेवून आपल्या संग्रहावर पंचस्तंभी परीक्षणे आणवली नाहीत किंवा लहानसहान खाजगी गोष्टींना अक्राळविक्राळ स्वरूप देऊन आपला मोठेपणा महाराष्ट्राच्या माथी मारण्याचाही प्रयत्न केला नाही. मग त्यांचे नाव सर्वांना कसे ठाऊक असणार ? नगाऱ्याचा आवाज गोंधळातही सर्वत्र ऐकू जातो व लक्ष वेधून घेऊ शकतो. पण सतारीची गत ऐकू यायला शांत वातावरणाचीच नव्हे, तर रसिक कानांचीही आवश्यकता असते.

मी गप्प बसलो असे पाहून मीनाला आपल्या अज्ञानाची लाज वाटली असावी ! तिने मला मोठ्या उत्सुकतेने विचारले, 'गोष्टी चांगल्या आहेत का ?'

'चांगल्या ? ही वाचून पहा नि मग—' जिथे खुणेची फीत घातली होती ते पान तिच्यापुढे करीत मी म्हटले.

'अय्या !' मीना हसत हसत उद्गारली, 'तुम्ही तर अगदी कुक्कुबाळ झालाय ! कुत्र्या मांजराच्या गोष्टी मला नाही आवडत बाई !'

मी तिला दाखवलेल्या गोष्टीचे नाव 'नवे कुत्रे' हे होते. तिच्या बोलण्याचा सारा रोख या नावावरच होता. मी पुस्तक तिच्या हातात देत म्हटले, 'नावात काय आहे ?'

दहा मिनिटांनी मी परत आलो तो मीना गंभीरपणे खिडकीतून बाहेर पाहत होती. मी विचारले, 'गोष्ट वाचलीस' ?

तिने उत्तर दिले 'दोनदा !'

'आवडली की नाही ?'

'आवडली. पण—'

'पण काय ?'

'माझं मन त्या गोष्टीनं कसं उदास झालंय ! माझ्या लग्नाचा मुहूर्त ठरला, हे तुम्हाला नि वयनींना सांगायला मी भर उन्हातून धावत आले. पण—'

एकदम तिच्या डोळ्यांत कारुण्याची छटा दिसू लागली. 'नवे कुत्रे' या गोष्टीतल्या शेवटच्या भागाकडे तिने बोट दाखविले. या गोष्टीत आपले आवडते कुत्रे मेल्यामुळे विभाकर फार दुखी झाला असेल, अशी त्याच्या पत्नीची कल्पना असते. पण तो घरी परत येतो तो हसत हसत दुसरे नवे कुत्रे घेऊनच. 'पहा तर कसे गोजिरवाणे आहे ते' असे म्हणत तो ते पत्नीपुढे ठेवतो आणि उद्गारतो, 'बंगल्याची राखण करायला कुत्रे हे पाहिजेच.' या दृश्याने नायिकेच्या मनात निर्माण झालेले वादळ मांजरेकरांनी खालील शब्दांनी वर्णन केले आहे- 'बंगल्याची राखण...संसाराची राखण...बंगला आणि संसार ! कुत्रे आणि बायको !'

'विभेचे डोके फिरू लागले. तिला जोराचा हुंदका आला. तिने जाजमाकडे पाहिले. पण तिला त्यावर नवे कुत्रे दिसत नव्हते ! तर...आपण मेल्यावर आपल्या पश्चात काय होणार आहे, याचे दृश्य दिसत होते.'

मीनासारख्या संसाराच्या उंबरठ्यावर उभ्या असलेल्या मुलीला या गोष्टीने रडविले असले तर त्यात नवल कसले ? ज्या कल्पवृक्षाच्या आश्रयाला ती जात होती तो वृक्ष इतर झाडांप्रमाणे निष्पर्ण होतो, हे कटू सत्य तिच्या मुग्ध मनाला किती भयंकर वाटले असेल !

मीनाचे समाधान करण्याकरिता मी म्हटले, 'या गोष्टीतला शेवटचा प्रसंग थोडासा कृत्रिम वाटतो मला !'

'कुठला ?'

'एक कुत्रं मेलं म्हणून लगोलग विभाकर दुसरं कुत्रं शोधून आणतो हा.'

'त्याने लगेच दुसरं कुत्रं आणलं हे थोडसं कृत्रिम वाटतं खरं ! पण केव्हा तरी तो ते आणणारच होता. नाही का ? त्याला आपल्या करमणुकीसाठी कुत्रं हवं होतं—एक कुत्रं मेलं तर दुसरं-एक बायको मेली तर दुसरी.'

जिथे शब्द संपतात तिथे अश्रू सुरू होतात.

भावनाप्रधान मीनाशी अधिक वादविवाद करणे इष्ट नसल्यामुळे मी गप्प बसलो. पण ती निघून गेल्यावर माझ्या मनात आले— मांजरेकरांच्या या गोष्टीची मध्यवर्ती कल्पना किती सत्य आणि म्हणूनच मर्मभेदी आहे ! 'आत्मनस्तु कामाय सर्वं प्रियं भवति' हे वचनच शेवटी आयुष्यात खरे ठरते. नाही का ? आणि तसे पाहिले तर त्यात अस्वाभाविक असे काय आहे ? पण प्रेमाचे दिव्यत्व, प्रीतीची

एकनिष्ठता इत्यादी इत्यादी कल्पनांनी ज्या भावनाप्रधान लोकांची मने भारून टाकलेली असतील त्यांना मात्र ही कथा लिहिणारा मनुष्य श्रद्धाहीन (Cynic) वाटण्याचा संभव आहे. उदात्त आभासांच्या वातावरणात किंवा सुंदर कल्पनांच्या धुक्यात राहण्याकडे मनुष्याच्या मनाचा नेहमीच कल असतो. मांजरेकरांनी या गोष्टीत हे धुके नाहीसे केल्यामुळेच तिची मध्यवर्ती कल्पना इतकी वेधक नि भेदक झाली आहे. प्रेमामध्ये सेवेपेक्षाही मालकी हक्काची जाणीव कशी असते, हे त्यांनी मोठ्या मार्मिकपणाने सूचित केले आहे. आपल्या मृत्यूनंतर आपली जागा दुसरी कुणीतरी स्त्री घेईल या कल्पनेने 'नवे कुत्रे' या गोष्टीतली नायिका उदास होते ! याचा अर्थ अहंकाराची तृप्ती हा प्रीतीचा एक अदृश्य भाग असतो असाच होत नाही का ?

मानवी मनाच्या असल्या विचित्र गुंतागुंतीचे इतर काही गोष्टीतही लेखकाने सुंदर चित्रण केले आहे. 'वादळ' गोष्टीतली सारजा रघुनाथाबरोबर पळून जाण्याकरिता भर वादळात संकेतस्थळापाशी येते. पण रघुनाथ मात्र वादळ थांबल्यानंतर घरून निघतो व तिला भेटतो. तो प्रसंग वर्णन करताना ती म्हणते, "तो वादळात मला भेटायला आला नाही हे पाहून माझं डोकं भडकून गेलं. मी ज्या प्रकारे त्याच्यावर प्रेम केलं होतं त्याच प्रकारच्या प्रेमाची मी त्याच्याकडून अपेक्षा केली होती. पण माझी अपेक्षा खोटी ठरली. माझ्या आतापर्यंतच्या सर्व आशाआकांक्षांना जोराचा धक्का बसला." संतापलेली सारजा रघुनाथाला म्हणते, "ज्यावेळी मी इकडे तुझ्याकरिता तळमळत होते, त्यावेळी तू घरी वादळापासून आपला बचाव करीत आरामानं पडला होतास. रघुनाथ, तू मेला असतास तर मी लग्नापूर्वी येणाऱ्या वैधव्यात सुख मानलं असतं. पण या मिळमिळीत सौभाग्यात-छेः ! रघुनाथ आपलं लग्न होणं आता शक्य नाही !"

मानवी मनाचा लपंडाव— त्याची विविध आंदोलने - त्याची दुबळी भावनाविवशता आणि प्रीतीवरही मात करणारा त्याचा अहंकार- हे मांजरेकरांचे आवडते कथाविषय आहेत. मात्र या विषयांची मांडणी करताना त्यांचा दृष्टिकोन हार्डीसारखा सर्वस्वी निराशावादी आहे. मनुष्याचा वैरी मनुष्यच आहे, या सूत्रावर त्यांची इतकी श्रद्धा नसती तर त्यांच्या गोष्टीत अत्यंत आकर्षक वैचित्र्य येऊ शकले असते. पण 'सौंदर्य' या कथेत कुरूप पती व सुंदर पत्नी यांची निरगाठ बांधल्यानंतर ती सोडवण्याकरिता त्यांना एकच मार्ग सुचतो- तो म्हणजे कुरूप पतीसाठी पत्नीने विद्रूप होणे- आपल्या चेहऱ्यावर सल्फ्यूरिक ॲसिड ओतून घेणे. विशेष मौजेची गोष्ट ही की, या गोष्टीतली मधुरा पद्‌माकराचा कुरूपपणा पाहून प्रथम दचकली असली तरी पुढे ती त्याला म्हणते, 'सौंदर्याचा आत्मा प्रेम आहे. लग्नानंतर इकडं माझ्याबद्दल प्रेम वाटू लागलं आणि त्याच प्रेमाने इकडची कुरूपता नाहीशी केली !' मधुरेच्या या उद्‌गारांचा पुरेपूर प्रत्यय येण्याजोगी

परिस्थिती असताना आणि पद्माकरला त्याच्या कुरूपपणाची स्थानीअस्थानी जाणीव करून देणारी एकही गोष्ट अस्तित्वात नसताना, तो मधुरेला म्हणतो , 'तू जवळ आलीस म्हणजे मला माझ्या कुरूपतेची तीव्र जाणीव होते व त्रास होतो.' त्याचे हे स्वभावलेखन कदाचित मानसशास्त्राला धरून असेल. पण विशिष्ट कारणामुळे का होईना, त्याच्या स्वभावात विकृती उत्पन्न झाली होती हे त्यावरून सिद्ध होते.

अतिरंजित कारुण्याकडे मांजरेकरांच्या कल्पकतेचा किती विलक्षण ओढा आहे, हे 'चितेचे चुंबन', 'तीन प्रेते', 'रक्ताचा प्याला' इत्यादी कथाशीर्षकांवरूनसुद्धा दिसून येईल. 'चितेचे चुंबन' या कथेतल्या वेणूचे लग्नापूर्वी गोपाळवर प्रेम असते. ते तिचा नवरा सदाशिव याला कळते व तो बायकोला म्हणतो, 'प्रेम एकदाच करता येतं आणि तेच कायम टिकतं !... आपणास नवराबायकोच्या नात्याने राहणे शक्य नाही. भावाबहिणीप्रमाणेच राहिलं पाहिजे !' पुढे त्याच्या सहवासात वेणूला 'प्रेम एकदाच करता येतं आणि तेच कायम टिकतं' हा सिद्धांत चुकीचा असल्याचा अनुभव येतो. ती म्हणते, 'माझं मानसिक परिवर्तन हेच माझ्या या पुढच्या कथेतील सार होय. या परिवर्तनाचं सारं श्रेय यांच्या उदारहृदयी वागणुकीलाच आहे. गोपाळबद्दलच्या प्रेमाला जर यांनी अडथळा केला असता तर हे स्थित्यंतर झाले असते की काय, हा प्रश्नच आहे. यांच्या थोर अंत:करणाचा परिचय होताच माझे मन यांच्याकडे ओढ घेऊ लागले. मी पहिल्या प्रेमाला अजिबात विसरले. गोपाळसंबंधीचं प्रेम मी इतक्या लवकर विसरून जाईन, असे कोणी काही दिवसांपूर्वी भविष्य वर्तवलं असतं, तर त्याला मी वेड्यातच काढलं असतं.'

वेणूच्या मनातील हे स्थित्यंतर लक्षात घेऊन दुसऱ्या एखाद्या कथालेखकाने या गोष्टीला सुखान्त वळण दिले असते. पण मांजरेकरांनी मात्र वेणूच्या मृत्यूनंतर तिच्या चितेचे चुंबन घेण्याकरिता सदाशिव धावू लागतो, अशा प्रसंगाने तिचा शेवट केला आहे.'सुख पाहता जवापाडे । दु:ख पर्वताएवढे' ही तुकोबांची उक्ती त्यांना पुरेपूर पटली आहे, असे त्यांच्या सर्व कथांवरून वाटते. त्यामुळे हा संग्रह वाचीत असताना वाचकाच्या मनात एकच कल्पना राहून राहून येत असते- आपण एका सुंदर बागेत फिरत आहोत, पायांखाली मऊमऊ वाळू आहे, डोळ्यांना हिरवळ, पाने आणि फुले रिझवीत आहेत, फुलांचा संमिश्र सुगंध आपल्याला आनंद देत आहे; पण वर पाहावे तो आभाळ अंधारले आहे, दिशा उदास दिसत आहेत आणि उन्हाची तिरीपसुद्धा लाभायचा संभव दिसत नाही.

'नवे कुत्रे' ही गोष्ट वाचून अल्लड मीना एकदम गंभीर झाली याचे कारण हा विचित्र भासच असला पाहिजे !

पण मीनाने ती गोष्ट दोनदा वाचली होती आणि माझी खात्री आहे की तिने

ती पुनः एकदा वाचली असती तरी त्या गोष्टीतले सौंदर्य संपले असे तिला वाटले नसते. काळोख्या रात्रीत जी विचित्र आकर्षकता असते ती मांजरेकरांच्या या संग्रहातल्या अनेक गोष्टींत आहे. हरिभाऊ आपटे, गुर्जर, गोखले प्रभृती जुन्या कथालेखकांच्या गोष्टीतला पाल्हाळ तर सोडूनच द्या, पण फडके, खांडेकर, माडखोलकर, बोकील इत्यादी आधुनिक लेखकांच्या कथांतली शिथिलतासुद्धा त्यांच्या गोष्टीत सापडायची नाही. त्यांच्या कथा या नुसत्या गोष्टी नाहीत; त्या खऱ्याखुऱ्या लघुकथा आहेत. लघुकथेला आवश्यक असलेला संयम 'हाशम' 'नवे कुत्रे' 'निसर्ग' इत्यादी गोष्टींत त्यांनी किती कुशलतेने वापरला आहे हे पाहण्याजोगे आहे. कथेचा शेवट अनपेक्षित परंतु परिणामकारक करण्यातही त्यांचा हातखंडा आहे. 'पहिला नंबर' ही गोष्ट संपविताना वाचकांना ओ. हेन्रीच्या गोष्टींची आठवण झाल्यावाचून राहणार नाही. 'हृदयाची तेढ' या कथेत नावडता मुलगा पळून गेल्यावर आई त्या दुःखाने अंथरुणाला खिळते. तो परत येत आहे असे कळताच ती म्हणते, 'अरे, असा दारासमोर तरी घे माझा पलंग, म्हणजे दिनू मला आलेला दिसेल !' ही कथा कुठल्याही सामान्य लेखकाच्या हातात असती तर दिनू आल्यावर मायलेकरे एकमेकांच्या गळ्यात पडून कशी रडतात याचे मोठे हृदयस्पर्शी चित्रण त्याने केले असते. पण मांजरेकरांच्या गोष्टीतल्या आईचा मूळ स्वभाव दिनू जवळ येताच जागृत होतो. ती त्याच्या हातातून आपले पाय सोडवून घेत त्याच्यावर खेकसून म्हणते, 'मानभावी कार्टा मेला ! जीव द्यायला जात होतास नाही ? शेवटी इथंच आलास का जीव द्यायला परत ?' मातृप्रेमाच्या सांकेतिक कल्पना उराशी बाळगून बसणारांना हे स्वभावचित्र अस्वाभाविक वाटेल ! पण कलादृष्ट्या ते अत्यंत वास्तव आहे.

मानवी मनातल्या असल्या विचित्र विरोधांवरच मांजरेकरांनी आपल्या बहुतेक गोष्टी उभारल्या आहेत. प्रश्नात्मक, सामाजिक, कौटुंबिक, विनोदी इत्यादी कथांचे विविध प्रकार हाताळण्याकडे त्यांचा कल नाही. 'प्रतिमा' 'सौख्य' व 'मर्महृद्गत' या त्यांच्या कथा थोड्याफार प्रमाणात रूपकात्मक आहेत असे म्हणता येईल. पण 'नवे कुत्रे' किंवा 'हाशम' या गोष्टीइतक्या त्या परिणामकारक वाटत नाहीत. 'प्रेम' गोष्टीचा नायक एक बोका व नायिका एक मांजरी असल्यामुळे पशुविषयक सुंदर गोष्ट लिहिल्याबद्दल मांजरेकरांचे अभिनंदन करणारा एखादा रसिक त्यांना भेटलाही असेल ! पण ती गोष्ट उथळ प्रेमकथांचे विडंबन म्हणून सुद्धा शोभून जाईल. या गोष्टीतल्या बोक्याचे आपल्या प्रियतमेवर व अपत्यावर इतके प्रेम आहे की, त्यांचे पोट भरल्याशिवाय तो स्वतः अन्नाला तोंड लावीत नाही. पण पुढे ती मांजरी दुसऱ्या बोक्याशी सलगी करीत असल्याचे दृश्य त्याला दिसते आणि मग प्रेमभंग

झालेल्या नायकाप्रमाणे तो अश्रुपात करीत करीत प्राण सोडतो ! लेखकाने या बोक्याचा ऑथेल्लो केला असता तर ही गोष्ट अनेक वाचकांना अधिक खरी वाटण्याचा संभव होता, हा प्रश्न सोडून दिला तरी मनुष्याच्या प्रेमभावना सुद्धा स्वार्थ, अहंकार, अगर अन्य प्रकारच्या विकृती यांनी दूषित असतात असे परिणामकारक रीतीने प्रतिपादणाऱ्या मांजरेकरांनीच मज्नून, रोमिओ, पुरूरवा इत्यादिकांच्या कोटीत शोभणारा मार्जारनायक निर्माण करावा, या गोष्टीची मनाला गंमत वाटल्यावाचून राहत नाही.

विषयांच्या दृष्टीने मांजरेकर विविध क्षेत्रांत स्वैरसंचार करीत नाहीत हे खरे. पण आपली प्रत्येक गोष्ट आकर्षक करण्याकरिता ते जे रचनाकौशल्य प्रगट करतात ते अत्यंत प्रेक्षणीय असते. या बाबतीत दौंडकर हे एकच मराठी लेखक त्यांची बरोबरी करू शकतील. ‘सौंदर्य’ या गोष्टीतली नायिका शेवटी विद्रूप होण्याकरिता आपल्या चेहऱ्यावर सल्फ्यूरिक ॲसिड ओतून घेते. हे ॲसिड मांजरेकरांनी गोष्टीच्या आरंभी किती सहजतेने तिला माहीत करून दिले आहे, हे पाहण्याजोगे आहे. ‘निसर्ग’ व ‘वादळ’ या जवळजवळ एकाच कथानकाच्या दोन गोष्टी लेखकाचे रचनाकौशल्य दर्शविणाऱ्या आहेत. ‘चितेचे चुंबन’ ‘मोपांसाच्या गोष्टी’, ‘लेखकाची बायको,’ ‘रक्ताचा प्याला,’ इत्यादी कथांना मांडणीमुळे किती वेधक स्वरूप प्राप्त झाले आहे, ते उदयोन्मुख कथालेखकांनी अवश्य अभ्यासावे.

मांजरेकरांच्या विरुद्ध वाचक या दृष्टीने माझ्या दोन मुख्य तक्रारी आहेत. पहिली ते नियमित अगर विपुल लिहीत नाहीत ही होय. ज्या आंब्याला कधी तरी पाचदहा वर्षांनी बहर यायचा, त्याचे फळ अमृतासारखे गोड असले तरी त्याची उपेक्षा होते हे त्यांनी विसरू नये. दुसरी तक्रार अधिक महत्त्वाची आहे. लेखकाचा जीवनाकडे पाहण्याचा दृष्टिकोण वैयक्तिक असला पाहिजे हे मला मान्य आहे. पण तो संकुचित असू नये, विशाल असायला हवा. कल्पकता, उपरोध व कारुण्य यांचा त्रिवेणीसंगम मांजरेकरांच्या लेखणीत झाला असूनही त्यांच्या कथा शिल्पकृतीप्रमाणे अत्यंत रेखीव पण मर्यादित प्रमाणातच सजीव अशा वाटतात. या सजीवतेचा विकास करायची संधी त्यांना सामाजिक जीवनाच्या चित्रणात निश्चित मिळेल. आणि त्यांचे अतिरंजित कारुण्य ? त्यांच्यावर खूष असणाऱ्या वाचकांनी मार्कट्वेन, स्टिफेन लीकॉक, चिंतामणराव जोशी, अत्रे प्रभृतींच्या लिखाणांची पारायणे त्यांच्याकडून करवून घ्यावी असे काही मी म्हणत नाही ! पण जसजशी त्यांच्या कथाविषयात जीवनाची विविधता येईल तसतसे हे कारुण्यही अधिक कलात्मक व म्हणूनच अधिक परिणामकारक होईल.

१९३९

✿

३
मराठी चित्रकथा

कविता, लघुकथा, लघुनिबंध, कादंबरी आणि नाटक यांच्याप्रमाणे चित्रपटकथा हाही ललित वाङ्मयाचा एक महत्त्वाचा भाग आहे यात शंका नाही. प्रसार आणि प्रभाव या दृष्टींनी आपल्या इतर भावंडांना चित्रपटकथा सध्या मागे टाकीत आहे. एवढेच नव्हे तर, फिलिस बॉटमने असे भविष्य वर्तवले आहे की, आणखी वीस वर्षांनी चित्रपटकथा कलेचे सर्व प्रांत काबीज करील.

"Twenty years from to-day all artists -sculptors, painters, writers -will express themselves in films. The change is inevitable.

Art will then become of the masses. Few people really find the time to read a good book or sea a fine oil-painting or a beautiful work of sculpture. Everyone, however, manages to find time to see movies."

सुंदर पुस्तकाच्या वाचनाने होणारा आनंद सुंदर चित्रपट पाहून होऊ शकणार नाही हे खरे असले, तरी यंत्रयुगाचा मानवी जीवनावर होणारा चिरस्थायी परिणाम पाहिला म्हणजे यापुढे ललितवाङ्मयातले पहिले स्थान चित्रपटकथेलाच मिळेल याबद्दल शंका वाटत नाही.

ललितवाङ्मयातील पहिले स्थान

हे भविष्य पडताळून पाहावयाला फार दूर जायला नको. फडके-माडखोलकरांसारखे कादंबरीकार, अत्रे-वरेरकरांसारखे नाटककार, 'कृष्णाबाई' व लक्ष्मणराव सरदेसाई यांच्यासारखे कथालेखक आणि फडके-काणेकरांसारखे लघुनिबंधलेखक आज मराठी रसिकांना नवनव्या कलाकृती सादर करीत आहेत. या श्रेष्ठ साहित्यिकांच्या जोडीने सरस वाङ्मय निर्माण करणाऱ्या गुणी लेखकांची

संख्याही काही थोडी नाही. पण पुस्तकांच्या गुणांवरून त्यांच्या खपाकडे दृष्टी वळवली तर दिवसेंदिवस तो कमी होत चालला आहे असे दिसून येईल. पुस्तकांचे मुख्य गिऱ्हाईक ज्या वर्गातून येते त्या मध्यमवर्गाची आर्थिक कुचंबणा वाढत आहे, 'एक पैसा वाचनालया'मुळे पुस्तके विकत घेण्याची प्रवृत्ती कमी होत आहे, इत्यादी अनेक कारणे या मंदीच्या मुळाशी आहेत हे खरे. पण ही सर्व कारणे जिच्यापुढे फिक्की पडतील अशी गोष्ट म्हणजे चित्रपटांचा वाढता प्रसार ! गेल्या दोन-तीन वर्षांत 'चित्रपटांचे नाट्यकलेवर आक्रमण होत आहे काय ?' असा प्रश्न चर्चेला घेऊन मोठमोठ्या साहित्यिकांनी आपली मते व्यक्त केली. मला वाटते- बोलपटांनी नुसत्या मराठी नाट्यकलेवरच आक्रमण केलेले नाही. त्यांचे आक्रमण वाङ्मयाच्या इतर भागांवरही सुरू झालेले आहे. वाङ्मयातही नेहमी महायुद्धे सुरू असतातच ! या नव्या महायुद्धांत चित्रपटकथा यशस्वी होणार यात मुळीच संशय नाही.

यंत्रांच्याप्रमाणे चित्रपटांचा नुसता निषेध करून हे आक्रमण कधीच थांबणार नाही. किंबहुना त्यांचे स्वागत करून बहुजनसमाजाचे रंजन आणि उद्बोधन या दृष्टींनी त्यांचा जास्तीत जास्त उपयोग कसा करून घेता येईल इकडे लक्ष देणे अधिक समंजसपणाचे होईल. सामान्य मनुष्याला ललित वाङ्मयाचे जे आकर्षण वाटते ते त्याच्या वैचित्र्यपूर्ण रंजकतेमुळे ! आणि या गुणांत चित्रपटाची बरोबरी नाटकासारखे दृश्यकाव्यसुद्धा करू शकणार नाही. मग कादंबरी आणि लघुकथा यांची गोष्ट विचारायलाच नको !

यापुढे इतर ललित वाङ्मयापेक्षा चित्रपटकथांशीच बहुजन समजाचा निकट संबंध येणार हे उघड आहे. त्या दृष्टीने मराठी चित्रपटकथांनी आतापर्यंत किती प्रगती केली आहे, याचे सिंहावलोकन करणे मोठे मनोरंजक होईल.

कला आणि धंदा

मराठी चित्रपटांच्या इतिहासात हिंदुस्थान, महाराष्ट्र, आर्यन, प्रभात इत्यादी चित्रपटमंडळ्यांच्या मूक चित्रपटांनी केलेली विविध कामगिरी गौरवानेच उल्लेखिली जाईल; तथापि मूकपटांचे बोलपटात रूपांतर होताच कथेला जे प्राधान्य आले ते लक्षात घेऊन या लेखांत बोलपट कथांचाच ओझरता परामर्श घेण्याचा प्रयत्न केला आहे. मराठीत पहिला बोलपट होऊन आठ वर्षे होत आली असल्यामुळे हा कालखंडही समालोचनाला सोयिस्कर आहे.

बोलपटकथांकडे टीकात्मक दृष्टीने पाहताना दोन गोष्टींकडे विशेष लक्ष देणे जरूर आहे.

पहिली- कला आणि धंदा हे बोलपटाचे दोन डोळे आहेत. केवळ कलेच्या

दृष्टीने उच्च असलेला बोलपट यशस्वी होतोच असे नाही ! सर्वसामान्य प्रेक्षकांच्या अभिरुचीला आवडण्यासारखे बोलपटांत काही नसेल तर केवळ चार रसिकांनी केलेल्या कौतुकातून काही कंपनीला पुढचा बोलपट काढायला लागणारे द्रव्यबळ उत्पन्न होत नाही ! वाचकांच्या अभिरुचीचा पुस्तकांवरही थोडा फार परिणाम होत असतो हे खरे. कादंबऱ्या, नाटके आणि लघुकथा यांच्या लेखनातसुद्धा आपण मानतो तितका लेखक स्वतंत्र असत नाही. पण एखादी कलापूर्ण कादंबरी अयशस्वी झाल्यास लेखक आणि प्रकाशक यांचे फार फार तर शेकड्यांनी नुकसान होईल. परंतु बोलपटकथेचे अपयश कित्येक हजारांचाच नव्हे, तर प्रसंगी लाखालाखांचा खड्डा निर्माण करते. एखाद्या चित्रपटकंपनीने केवळ कलेची उपासना करायचे ठरवले तर तिच्यावर उपास करायचीच पाळी येईल, असे थट्टेने म्हणण्याइतके सर्वसामान्य प्रेक्षकवर्गाच्या अभिरुचीवर बोलपटांचे जीवित अवलंबून आहे. अभिजात रसिकता अंगी असलेले मूठभर लोक सोडले तर इतर प्रेक्षकांची मनोरंजनाची कल्पना प्रौढांपेक्षा बालकांच्या मनाशीच अधिक जुळणारी असते ! त्यांना सर्व रस आवडतात पण त्या रसांचे स्वरूप भडक असावे लागते. 'लुटारू ललना' मधली साहसाची कृत्ये अथवा 'तुलसीदास' मधले विविध चमत्कार सुसंस्कृत मनाला कसेसेच वाटतात ! पण या दृश्यांनी आनंदून जाणारे हजारो प्रेक्षक असल्याशिवाय का हे बोलपट लाभदायक होतात ?

मागणी तसा पुरवठा

प्रेक्षकांच्या या अभिरुचीची जबाबदारी सर्वस्वी चित्रपटमंडळ्यांवर लादणे अन्यायाचे होईल. 'मागणी तसा पुरवठा' हे तत्त्व वाङ्मयाच्या इतर विभागापेक्षाही बोलपटांच्या बाबतीत अधिक शिरजोर आहे. ज्या समाजात साक्षरतेचे प्रमाण फार कमी आहे आणि साक्षर असलेल्या लोकांचाही उच्च दर्जाच्या वाङ्मयाशी सहसा संबंध येत नाही, त्या समाजाची अभिरुची सुसंस्कृत असावी, अशी अपेक्षा करण्यात काय अर्थ आहे ? बागेतल्या फुलझाडांना पाणी घालायला माळी न ठेवता त्यांना सुंदर फुले यावीत, असे म्हणण्यापैकीच हा प्रकार होईल !

चित्रपटगृहांत सुशिक्षित प्रेक्षकवर्ग आधीच थोडा असतो. आणि या थोड्या लोकांतलेही सर्व सुसंस्कृत असतात असे नाही. कंटाळलेल्या मनुष्याने क्लबात जावे त्याप्रमाणे कित्येक लोक बोलपटाला येतात. दोन तास करमणूक झाली म्हणजे झाले अशी त्यांची कल्पना असते. मग त्या करमणुकीचे स्वरूप कोणत्याही प्रकारचे असो ! प्रेक्षकवर्गातला एक मोठा भाग अतृप्त वासनांचे समाधान होते म्हणूनच चित्रपटाला मोठ्या प्रमाणात आश्रय देत असतो ! आर्थिक आणि सामाजिक कारणांनी तरुण-तरुणींची लग्नाची वये मर्यादेबाहेर वाढत चालली आहेत, ज्यांची

लग्ने झाली आहेत त्यांच्यापैकी अनेकांचे संसार सुखाऐवजी दु:खाकडे झुकत आहेत; कथा कादंबऱ्यांतल्या वर्णनांनी ज्या भावनेची भूक वाढविली जाते ती तृप्त होण्याची संधी समाजात सहसा मिळत नाही ! अशा विकृत सामाजिक परिस्थितीत पडद्यावरल्या भडक प्रणयचेष्टांत रंगून जाणारा किंवा स्त्रियांच्या शरीर सौंदर्याच्या उत्तान प्रदर्शनात आनंद मानणारा प्रेक्षकवर्ग बोलपटांना मिळाला तर त्यात नवल कसले !

'प्रेक्षकांची अभिरुची' या प्रश्नावर एक विस्तृत निबंध लिहिता येईल, इतका तो गुंतागुंतीचा आहे. वर त्याचे जे पुसट दिग्दर्शन केले आहे तेवढ्यावरून बोलपटकथांतील कलावैगुण्यांना चित्रपटनिर्माते अथवा लेखक सर्वस्वी जबाबदार नाहीत हे उघड होईल. मात्र त्याबरोबरच, अल्पप्रमाणात का होईना, प्रेक्षकांची अभिरुची सुसंस्कृत करण्याचे कार्य चित्रपटमंडळ्या व चित्रपटकथालेखक यांना करता येणे शक्य आहे, हे विसरून चालणार नाही. महाराष्ट्रात ते थोडेफार होत असले तरी 'न्यू थिएटर्स' या बंगाली कंपनीशी तुलना करता ते डोळ्यांत भरत नाही हे कबूल केलेच पाहिजे.

कलावंतांची सामुदायिक कृती

बोलपटकथांचा विचार करताना प्रेक्षकांच्या अभिरुचीचा प्रश्न जितका महत्त्वाचा आहे, तितकाच बोलपटकथा ही काव्य, लघुकथा अथवा कादंबरी यांच्याप्रमाणे एका व्यक्तीची कलाकृती नसते हा मुद्दाही महत्त्वाचा आहे. बोलपटकथेविषयी आपण आपले मत बनवितो ते ती पडद्यावर पाहून. पण ती पडद्यावर येईपर्यंत तिच्यावर दिग्दर्शक, कथालेखक आणि नटनटी या सर्वांच्या कल्पकतेचे आणि कलेचे बरेवाईट संस्कार झालेले असतात ! वाचकांनी आपल्या परिचयाच्या काही बोलपटांची उदाहरणे आपल्या डोळ्यांपुढे आणली तर ही गोष्ट चटकन कळून येईल. 'अमरज्योति' व 'वहाँ' या काळ्यांच्या दोन कथानकांपैकी दुसरे अधिक सरस आहे. पण पडद्यांवर मात्र 'अमरज्योति' अधिक चमकली. शांतारामांच्या कुशल दिग्दर्शनाचा हा विजय होता. 'हंस' च्या यशस्वी चित्रपटात लेखक, दिग्दर्शक आणि नटनटी यांच्याइतकाच पांडुरंगराव नाईकांच्या छायालेखनाचा वाटा आहे हे कोण नाकबूल करील ! 'तुकारामा'त पागनीस-गौरी आणि 'ब्रह्मचारी'त विनायक-मीनाक्षी ही जोडी जुळली नसती तर त्या बोलपटांच्या रंगतीत उणेपणा आल्याशिवाय राहिला नसता ! 'छाये' मध्ये डॉ. अतुलची भूमिका बाबूराव पेंढारकरानी केली नसती किंवा 'कुंकू' मधले नीराचे काम शांता आपटे ऐवजी दुसऱ्या नटीकडे गेले असते, तर ते बोलपट इतके उठावदार झाले असते की नाही याबद्दल मन साशंक होते. 'ब्रँडीच्या बाटली' ची 'फिफ्टी पर्सेंट' गोडी दामुअण्णा मालवणकर यांनी केलेल्या बगारामाच्या भूमिकेतच नाही का ?

‘धर्मात्म्या’तली जाई (वासंती), ‘अमरज्योती’तली सौदामिनी (दुर्गाबाई खोटे), ‘कुंकू’तले काकासाहेब (दाते), ‘देवते’ मधले दासोपंत (साळवी) इत्यादी भूमिकांनी त्या त्या चित्रपटांचे सौंदर्य वाढविले हे कोण नाकबूल करील ?

यशस्वी चित्रपटकथांतील गुण

बोलपटकथेच्या गुणावगुणांत अनेक भागीदार असतात, हे लक्षात घेऊनच लेखकाची पूजा (चांगल्या अगर वाईट कुठल्याही अर्थाने) व्हावी या हेतूने हा विस्तार केला. तथापि मूळ कथेवर इतर कलावंतांचे कितीही संस्कार होत असले तरी कथानकाच्या आत्म्याची आकर्षकता, त्या आत्म्याचा स्वभावरूपाने होणारा कलात्मक विकास, तो विकास करताना करावी लागणारी मनोहर प्रसंगांची गुंफण, या गुंफणीत दिसून येणारे कल्पकता, भावना इत्यादी आत्मनिष्ठ आणि एकसूत्रता अखंड ओघ इत्यादी तंत्रनिष्ठ गुण यशस्वी चित्रपटकथा लिहिणारांत असेलच पाहिजेत.

गेल्या आठ वर्षांतील बोलपटकथांचे सिंहावलोकन केल्यास मराठी लेखकांत हे गुण वाढत्या प्रमाणात दिसून येत आहेत, याबद्दल कुणालाही आनंद वाटेल. ना. ह. आपटे, अत्रे, य. गो. जोशी, वरेरकर यांच्यासारख्या ललितवाङ्मयातल्या उच्च दर्जाच्या लेखकांना स्टुडिओत प्रवेश मिळताच चित्रपटकथेला विविध वाङ्मयीन गुणाची जोड मिळाली. के. नारायण काळे, वाशीकर, भालबा पेंढारकर यांची नावे ललितवाङ्मयात गाजत नसली तरी बोलपटांच्या कथा लिहिण्यात त्यांनी आपले वैशिष्ट्य निःसंशय प्रगट केले आहे.

पौराणिक कथांचा जिव्हाळा

मराठी रंगभूमीचा प्रारंभ जसा पौराणिक नाटकांनी झाला, त्याप्रमाणे मराठी बोलपटांनाही प्रथम पुराणांनीच आधार दिला. बहुजनसमाजाच्या मनाचे अद्यापि बालमनाशी फार साम्य असल्यामुळे असे होणे स्वाभाविकच होते. पुराणिकांनी आणि कीर्तनकारांनी पिढयान्‌पिढया पौराणिक कथांविषयी समाजाच्या मनात जो जिव्हाळा उत्पन्न करून ठेवला आहे, तो अशा वेळी लेखकाच्या फार उपयोगी पडतो. हरिश्चंद्र, कृष्ण, प्रल्हाद, ध्रुव, सावित्री, द्रौपदी यांच्या जीवनकथा अशिक्षित प्रेक्षकाला सुद्धा ठाऊक असतात. त्यामुळे सामाजिक कथालेखकाला आपल्या कौशल्याने जे रसमय वातावरण निर्माण करावे लागते, ते पौराणिक कथालेखकाला आयासावाचून मिळते. सामाजिक कथानकात चमत्कृती अथवा उत्कटता आणण्याकरिता लेखकाला कितीतरी अवधाने संभाळावी लागतात. पण पौराणिक कथेच्या अद्‌भुतरम्य स्वरुपामुळे असले प्रसंग तिच्यात सहजासहजी उत्पन्न होतात. कर्तव्य म्हणून

पत्नीवध करण्याचा हरिश्चंद्रावर आलेला प्रसंग इब्सेनसारख्या प्रतिभासंपन्न सामाजिक नाटककारालासुद्धा कल्पिता येणार नाही. सामाजिक चित्रपटांत पत्नीच पतीवरील प्रेम दर्शविण्याकरीता कथालेखक अनेक लहान लहान सुंदर प्रसंगांची गुंफण करील. पण सावित्री यमाला पराजित करून आपल्या पतीचे प्राण परत मिळविते, या प्रसंगातली चमत्कृती त्यांत कशी उत्पन्न होणार ?

सुलभता व रंजकता

सुलभता व रंजकता हे सामान्य प्रेक्षकांच्या दृष्टीन चित्रकथेचे प्रमुख गुण आहेत. आजच्या बहुजनप्रेक्षकवर्गांच्या बौद्धिक दर्जाशी जुळते घेऊन हे गुण प्रगट करायला पौराणिक कथांतच अधिक अवसर मिळतो. 'प्रभात' सारख्या कलावंत कंपनीने आपल्या बोलपटांचा प्रारंभ पौराणिक कथांनी केला, एवढेच नव्हे तर अजूनही 'गोपाळकृष्णा' सारखे पौराणिक बोलपट ही कंपनी काढीत आहे, याचे कारण हेच आहे. 'सरस्वती'चे लोकप्रिय झालेले सर्व बोलपट पौराणिकच आहेत.

पौराणिक कथांच्या पुढचे पाऊल म्हणजे संतकथा व कल्पनारम्य कथा. 'धर्मात्मा' व 'तुकाराम' ही पहिल्या प्रकारची आणि 'अमृतमंथन' व 'अमरज्योति' ही दुसऱ्या प्रकारची उदाहरणे होत. संतचरित्रात चमत्कृती कायम ठेवूनही पौराणिक कथेत न आढळणारा सामाजिक अगर घरगुती जिव्हाळा उत्पन्न करता येतो. आणि कल्पनारम्य कथेत अद्भुततेचा भरपूर फायदा घेऊनही आधुनिक पद्धतीच्या तत्त्व-प्रतिपादनाला अवकाश मिळतो.

ऐतिहासिक कथा हा कल्पनारम्य कथा आणि सामाजिक कथा यांना जोडणारा दुवा आहे. यामुळे प्रभातच्या 'सिंहगडा' पासून अरुणपिक्चर्सच्या 'नेताजी पालकर' पर्यंत असल्या बोलपटांची परंपरा अव्याहत सुरु आहे. मात्र असले बहुतेक बोलपट कायम ठशाचे असतात. हरिभाऊ आपट्यांच्या ऐतिहासिक कादंबऱ्यांत जे वैचित्र्य व जी रसवत्ता आहे ती मराठीतल्या ऐतिहासिक बोलपटांत कधीच आढळून येत नाही.

सामाजिक बोलपट

अशा स्थितीत सामाजिक बोलपट यशस्वी करणे फारसे सोपे नसल्यामुळे त्यांची संख्या अद्यापि मर्यादित आहे. 'ठकीचे लग्न' व 'सत्याचे प्रयोग' ही छोट्या विनोदी बोलपटांची जोडगोळी १९३५ मध्ये पडद्यावर आली, त्याच वर्षाच्या अखेरीला 'विलासी ईश्वर' हा प्रश्नात्मक चित्रपट लोकांना पाहायला मिळाला. १९३६ च्या आरंभी 'हंस पिक्चर्स' स्थापन होऊन या कंपनीच्या चालकांनी

सामाजिक बोलपटांची निर्मिती हे ध्येय आपल्यापुढे ठेविले. या कंपनीच्या आतापर्यंतच्या नऊ बोलपटांपैकी आठ सामाजिक आहेत. प्रभातनेही १९३६ अखेर आपले लक्ष सामाजिक बोलपटांकडे वळविले व गेल्या दोन वर्षांत 'कुंकू' आणि 'माझा मुलगा' काढून तिने रसिकांना 'माणूस' नुकताच सादर केला आहे. नटराजचा 'सौंगडी', शालिनीचा 'सावकारी पाश' इत्यादी बोलपटही या दृष्टीने उल्लेखनीय आहेत.

विविध प्रकारांच्या या बोलपटांचे निरनिराळ्या दृष्टींनी परीक्षण होणे आणि ऐतिहासिक व कलात्मक दृष्टीनी त्यांच्या गुणावगुणांची चर्चा करणे अत्यंत जरूर आहे. परंतु तो विषय या लेखाच्या कक्षेबाहेरचा असल्यामुळे गेल्या आठ वर्षांत प्रामुख्याने लोकांपुढे आलेले चित्रकथालेखक व त्यांच्या कथा यांच्याविषयी खाली त्रोटक विवेचन करीत आहे.

१. वरेरकर

मराठी प्रेक्षकांपुढे आलेले वरेरकरांचे प्रमुख बोलपट विलासी ईश्वर, विजयाची लग्ने व सौंगडी हे होत. या तीन कथांपैकी पहिली सामाजिक प्रश्नाच्या दृष्टीने चांगली होती. पण रसपरिपोषाच्या अभावी ती पडद्यावर हृदयस्पर्शी होऊ शकली नाही. 'विजयाची लग्ने' ही कथा विशिष्ट नटासाठी लिहिली गेल्यामुळे तिच्यात संगीत व विनोद यांचे आकर्षक मिश्रण करणे जरूर होते. पण विनोदी संगीतपट (Musical comedy) या दृष्टीने ती मुळीच यशस्वी झाली नाही. 'सौंगडी' पाहणाराला मात्र आपल्या ओळखीचे वरेरकर भेटल्यासारखे वाटले. या कथेतल्या प्रश्नात आणि कित्येक दृश्यात कौटुंबिक जिव्हाळा चांगल्या रीतीने प्रगट झाला आहे. मनोहराचा मत्सर व त्याचा मॉर्फिया यांच्या चित्रणात-विशेषत: अफूच्या आहारी गेलेला मनुष्य तिच्या मगरमिठीतून कसा सुटतो हे दाखविण्यात -अधिक नाटकीपणा (Melo-drama) आला आहे हे खरे ! पण तेवढ्यामुळे काही या बोलपटाची सरसता कमी होत नाही.

२. ना. ह. आपटे

अमृतमंथन, रजपूत रमणी (हिंदी), ध्रुवकुमार, प्रतिमा व कुंकू या आपट्यांच्या बोलपटांपैकी अमृतमंथन व कुंकू हे अत्यंत यशस्वी झाले. अमृतमंथनाच्या कथेत हिंसेचा प्रश्न असला तरी त्याचे प्रतिपादन परिणामकारक वाटत नाही. या कथेला दाते-चंद्रमोहन यांचा अभिनय, शांता आपटेची गाणी व शांतारामाचे दिग्दर्शन यांची जोड मिळाली म्हणूनच तो इतका यशस्वी होऊ शकला. मात्र 'कुंकू'ची गोष्ट तशी नाही. पडद्यावर यशस्वी व्हावयाला लागणारे सर्व गुण या कथेत

आहेत. या बोलपटाचा विषय बाह्यत: जरठकुमारी विवाहाचा वाटतो. या समजुतीमुळेच एका बड्या साहित्यिकांनी हा बोलपट पाहून 'जुनीपुराणी शेळपट कथा' असा त्याच्यावर शिक्का मारला होता ! त्या बिचाऱ्या साहित्यिकांच्या लक्षातही आले नाही की, 'कुंकू'चा आत्मा तरुण मुलीचे एका म्हाताऱ्याशी लग्न होते या घटनेत नसून ती मुलगी आपल्यावर लादल्या गेलेल्या लग्नाविरुद्ध बंड पुकारते, ते बंड यशस्वी होईपर्यंत लढत राहते आणि शेवटी त्या म्हाताऱ्याला मुलगी म्हणून आपला स्वीकार करायला लावते, या गोष्टीत आहे. नीराच्या बंडखोरपणाची पार्श्वभूमी जुनी वाटली, तरी त्याचा आविष्कार चालू काळातही सर्वस्पर्शी वाटणारा आहे.

मामा आणि विशेषत: काकू यांच्या स्वभावचित्रणातून उत्पन्न होणाऱ्या विनोदाने या गंभीर बोलपटात आवश्यक रंजकता आणली. या बोलपटाच्या संवादात तेजस्वीपणा नसला तरी अभिनंदनीय स्वाभाविकता आहे.

३. प्र. के. अत्रे

धर्मवीर, बेगुनाह (हिंदी), प्रेमवीर, ब्रह्मचारी व ब्रँडीची बाटली या पाच बोलपटांपैकी तीन पूर्णपणे विनोदी असून धर्मवीरांतही विनोदालाच अधिक उठाव आहे, हे लक्षात घेतले म्हणजे अत्रे यांच्या प्रतिभेचा विनोद हा केवढा प्रभावी विशेष आहे याची कल्पना येते. 'तुकारामा'सारख्या विविध-गुणसंपन्न संतपटाने मिळवलेल्या लोकप्रियतेची बरोबरी महाराष्ट्रात जर कुठल्या बोलपटाने केली असेल तर ती अत्र्यांच्या 'ब्रह्मचारी' या विनोदी कथेनेच. कारंजाची कळ दाबली की त्याच्यातून जशा पाण्याच्या धारा उडू लागतात त्याप्रमाणे अत्र्यांच्या बोलपटाला सुरुवात झाली की चित्रपटगृहात हास्याचे फवारे उडू लागतात. शब्दनिष्ठ व कल्पनानिष्ठ विनोदाची अत्र्यांना फार हौस असली तरी प्रसंगनिष्ठ व स्वभावनिष्ठ विनोदही त्यांना चांगला साधतो. 'ब्रँडीच्या बाटली'तल्या रेकॉर्ड-ऑफिसमधल्या प्रसंगाची आठवण झाली की कुणाला हसू येणार नाही ? साहेबांच्या सांगण्यावरून आणलेल्या दारूच्या बाटल्यांचे गाठोडे गोविंदा गड्याने रेकॉर्डांच्या गठ्ठ्यात ठेवलेले असते. दाखला शोधण्याकरिता आलेले बगारामबुवा नेमके त्याच गाठोड्याला हात घालतात ! आणि मग गोंद्या आणि बगाराम यांचे द्वंद्वयुद्ध सुरू होऊन त्याचा जो शेवट होतो-वर्णनाने या प्रसंगाची गंमत कधीच कळणार नाही-तो पाहायलाच हवा.

ब्रह्मचारीतील 'चंडिराम' हे अत्रे यांच्या स्वभावनिष्ठ विनोदाचे उत्तम उदाहरण आहे. मात्र विडंबन व अतिशयोक्ती यांच्यावर विनोदाची सर्व भिस्त टाकण्याची सवय झाल्यामुळे अत्र्यांच्या पात्रांचा परिपोष काही काही वेळा सुसंगत वाटत नाही, हा अनुभव या सुंदर भूमिकेतही येतो. स्वावलंबनाचे चंडिरामाला लागलेले वेड हास्यास्पद असेल. पण भिक्षा मागून का होईना आश्रम चालवणारा त्याच्यासारखा

माणूस 'इथे किती इंच पाऊस पडतो ?' हा प्रश्न ऐकताच पावसाळ्यात जमिनीवर साठणाऱ्या पाण्याची अंदाजी उंची बोटाने मोजून आचरटपणाचे उत्तर देतो, ही गोष्ट तेनालीरामाच्या किंवा बिरबलाच्या गोष्टीसारखी मुद्दाम घडवलेली वाटते. 'कलेसाठी कला' या तत्त्वाप्रमाणे 'हास्यासाठी हास्य' या सूत्रालाही मर्यादा आहेत, हे अत्रे अनेकदा विसरतात. नाहीतर भाबड्या कारकुनाच्या आयुष्याच्या करुण पार्श्वभूमीवर विनोदी घटना रंगविण्याची कल्पना ज्या प्रतिभेला सुचली, ती त्या कारकुनाचे टेलिफोन आणि थर्मामीटर यांच्याविषयीचे अवास्तव अज्ञान प्रदर्शित करून मिळणाऱ्या हशांच्या आहारी गेली नसती.

'धर्मवीर' मध्ये अत्र्यांनी विनोदी नायक व खलनायक यांची जोडगोळी घातली. ब्रँडीच्या बाटलीत त्यांनी प्रचार व विनोद यांचे मिश्रण करून पाहिले. 'ब्रह्मचारी'च्या कलागुणांकडे व यशाकडे पाहिले म्हणजे मिश्र विनोदापेक्षा शुद्ध विनोदातच अत्रे अधिक यशस्वी होतात असे दिसते. त्यांच्या काव्य-नाटकांतून आढळणारी कल्पकता त्यांच्या बोलपटांतील पदांत अगर विनोदी संवादात उत्कटतेने दिसत नाही. पण गोड गाणी रचण्यात ते जेवढे कुशल आहेत, तेवढेच व्यवहारातले विनोदाचे हरतऱ्हेचे मासले उचलून ते सुंदर रीतीने सजवून मांडण्यातही ते चतुर आहेत. त्यांचे अधिक चमकदार संवाद 'ब्रह्मचारी'तच आढळतात.

४. वाशीकर

वाशीकरांनी 'तुकाराम' ही एकच बोलपट-कथा लिहिली असती, तरी त्यांचे नाव चित्रपटांचा प्रेक्षकवर्ग कधीही विसरू शकला नसता. त्यांची 'चंद्रसेना' सामान्य होती. 'गोपालकृष्ण' लोकांना आकर्षक वाटला. पण त्या आकर्षणाचा उगम कथेपेक्षा गाण्यातच होता. खाडिलकरांच्या पौराणिक नाटकांप्रमाणे या बोलपटातही कृष्णचरित्राला आधुनिक स्वरूप देण्याचा वाशीकरांनी प्रयत्न केला आहे. पण तो फारसा साधला नाही असे म्हणावे लागते. मात्र 'तुकारामा'त कौटुंबिक जिव्हाळा, रेखीव स्वभावरेखन, कथेचा अखंड ओघ, सुंदर संवाद, स्वाभाविक विनोद, इत्यादी गुणांचा इतका मधुर संगम झाला आहे की तो संतपट नसता तरीसुद्धा अतिशय यशस्वी झाला असता.

५. के नारायण काळे

धर्मात्मा, अमरज्योति व वहाँ (शेवटच्या दोन हिंदी) या काळ्यांच्या तीन कथांपैकी तिसरी कथा प्रश्न व समरप्रसंग या दृष्टींनी अतिशय सरस होती. मात्र तिच्या चित्रीकरणात हे गुण उतरू शकले नाहीत. 'धर्मात्मा'च्या उत्तरार्धात कथा फिक्की वाटते. पण संतचरित्राकडे सामाजिक दृष्टिकोनातून पाहण्याचा प्रयत्न या

दृष्टीने ही कथा चांगली होती.

६. य. गो. जोशी

कौटुंबिक कथालेखक म्हणून जोशी महाराष्ट्रात प्रिय आहेत. त्यांची 'माझा मुलगा' ही गोष्ट मुख्यत: कौटुंबिकच आहे. बापाचे प्रेम आणि मुलाचे ध्येय यांच्यातला झगडा हा या कथेचा आत्मा आहे. या कथेचे चित्रीकरण सामाजिक दृष्टिकोनातून केल्यामुळे बाप व मुलगा अशा दोन नायकांच्या या कथेला निराळेच स्वरूप प्राप्त झाले आहे. विशेषत: या चित्रकथेतली नायिका तर 'जिथे नायक आहे, तिथे नायिका असलीच पाहिजे' म्हणून निर्माण झाल्यासारखी वाटते. प्रचलित प्रणयकल्पनांवर जोशी यांचा विश्वास नाही. त्यामुळे प्रणयरम्यतेने उत्पन्न होणारा गोडवाही या कथेत आला नाही, तथापि पित्याच्या स्वभावचित्राची कल्पना व संवाद यांत जोश्यांच्या लिखाणातली चमक प्रेक्षकांना दिसल्यावाचून राहिली नाही.

७. भालबा पेंढारकर

श्यामसुंदर, सावित्री, गोपीचंद इत्यादी लोकप्रिय बोलपटांच्या जोडीने यांनी अनेक चित्रकथा लिहिल्या आहेत. संख्येचा दृष्टीने चित्रपट कथालेखकांत यांचाच पहिला नंबर लागेल. गुणांच्या दृष्टीनेही त्यांचे वैशिष्ट्य प्रसिद्ध आहे. कोणत्या प्रकारचे पौराणिक व ऐतिहासिक प्रसंग प्रेक्षकांना आनंदित करतात किंवा सद्गदित करतात याची त्यांना पूर्ण कल्पना आहे. स्वत: दिग्दर्शक असल्यामुळे सामान्य प्रेक्षकांची नाडी त्यांना फार चांगली समजते. कथाविषयांपासून संवादापर्यंत सर्वत्र ते एका संकुचित मर्यादेत फिरत असतात. मात्र या मर्यादेत त्यांचे वैशिष्ट्य यशस्वी रीतीने प्रगट होते. त्यांच्या संवादातला तेजस्वीपणा नाटकी वळणाचा असला तरी एकंदरीत ते चमकदार असतात.

अग्निकंकण, राजमुकुट, इत्यादींचे लेखक गोविंदराव टेंबे, सुवर्ण मंदिर, नंदकुमार वगैरे कथांचे लेखक रांगणेकर, ध्रुव, अकरावा अवतार, श्रीयाळ इत्यादी बोलपटांचे लेखक शुक्ल, या व इतर अनेक कथालेखकांच्या कृतींचा परामर्श या लहानशा लेखात घेणे शक्य नाही.

खांडेकर

प्रस्तुत लेखकाचे 'छाया'; 'ज्वाला' व 'देवता' हे तीन बोलपट प्रेक्षकांपुढे आले असून 'सुखाचा शोध' हा चवथा बोलपट नुकताच हंस पिक्चर्सने रसिकांना सादर केला आहे. यांतील पहिल्या तीन बोलपटांपैकी 'ज्वाला' यशस्वी झाली नाही. 'छाये' ला १९३६ ची उत्कृष्ट चित्रपटकथा म्हणून गोहर सुवर्णपदक मिळाले व उत्तर हिंदुस्थानातल्या अनेक नियतकालिकांनी त्या वर्षातल्या पहिल्या

तीन उत्कृष्ट बोलपटांत त्याची गणना केली. 'देवता' बोलपटही सर्वत्र लोकप्रिय झाला. यापेक्षा स्वत:च्या बोलपटांविषयी अधिक लिहिणे मला प्रशस्त वाटत नाही. तथापि वर लिहिलेल्या गोष्टी ज्यांना आत्मस्तुतीपर वाटतील त्यांच्या समाधानाकरिता प्रि. प्र. के. अत्रे, बी. ए., बी. टी., टी. डी. (लंडन), या रसिक, विद्वान व अव्वल दर्जाच्या चित्रपटलेखकाचा माझ्या कथानकांविषयीचा अभिप्राय सादर करतो. ते म्हणतात- 'खांडेकरांच्या चित्रपटांची कथानके मामुली व कृत्रिम असून, त्यांत नाट्य बिलकूल नसते.'

निरीक्षणाचा निष्कर्ष

आजकालच्या विविध कथालेखकांच्या त्रोटक निरीक्षणातून निघणारा निष्कर्ष सूत्ररूपाने सांगितल्याशिवाय या लेखाची सांगता होणार नाही. कुणाही सामान्य लेखकाकडून एखादी पौराणिक कथा लिहून घेऊन बोलपट काढण्याचा काळ मागे पडला आहे यात काहीच शंका नाही. ललितवाङ्मयाच्या इतर क्षेत्रांत यशस्वी होणाऱ्या साहित्यिकांच्या लेखनसाहाय्याने बोलपटांचा दर्जा वाढतो ही गोष्टही जवळजवळ सिद्ध झाली आहे. मात्र ज्या ज्या लेखकांना चित्रकथालेखनाची संधी मिळेल, त्यांनी तिचा प्रगतीच्या दृष्टीने उपयोग करून घेण्याचा प्रयत्न केला पाहिजे.

धंद्याची काळजी हरघडी डोळ्यांपुढे उभी असल्यामुळे शैक्षणिक चित्रपट किंवा वार्तापट काढण्याकडे हिंदी कंपन्या आपणहून वळणार नाहीत. प्रतिभासंपन्न लेखकांनी आपल्या कर्तृत्वाने त्यांना स्थैर्य आणले, उच्च दर्जाच्या सामाजिक बोलपटांचे यश निश्चित झाले, तरच नवीन गोष्टी हाती घेण्याचा धीर त्यांना येईल. प्रेक्षकांची अभिरुची सुसंस्कृत करण्याची जबाबदारी अंशत: लेखकांवर आहेच आहे. उत्तान शृंगार किंवा उच्छृंखल विनोद यांचा आश्रय न करता लोकप्रिय होणारी कथानके मिळू लागली तर हिंदी चित्रपटमंडळ्या आनंदाने त्यांचा स्वीकार करतील. पण हे साध्य होणे सोपे नाही. त्यासाठी लेखकांनी प्रतिभेला, परिश्रमाची व चित्रपटकथेच्या तंत्राच्या अभ्यासाची जोड दिली पाहिजे. पाश्चात्य वाङ्मयाप्रमाणे पाश्चात्त्य चित्रपटांचा अभ्यासही त्यांनी अवश्य केला पाहिजे. प्रवास आणि अवलोकन यांनी येणारे नावीन्य त्यांच्या दृष्टीत सळसळत राहिले पाहिजे, त्यांनी आपले वाङ्मयीन जीवन विशाल केले पाहिजे व त्याचे प्रतिबिंब आपल्या चित्रकथेत पडेल इतक्या उत्कटतेने त्या जीवनाचा अनुभव घ्यायला शिकले पाहिजे. तरच-तर कशाला हवे ?

मराठी ललितवाङ्मयाची गेल्या अर्धशतकातली दशकादशकाने झालेली प्रगती पाहिली की, येत्या दशकात मराठी चित्रकथेचे भवितव्य उज्ज्वल होईल अशी खात्री वाटू लागते.

✿